துரோகச் சுவடுகள்

வெ. இறையன்பு

நியூ செஞ்சுரி புக் ஹவுஸ் (பி) லிட்.,
41-பி, சிட்கோ இண்டஸ்டிரியல் எஸ்டேட்,
அம்பத்தூர், சென்னை - 600 050.
☎: 044 - 26251968, 26258410, 48601884

Language: Tamil
Thuroga Chuvadugal
Author: **V. Iraianbu**
First Edition: December, 2013
Tenth Edition: July, 2024
Eleventh Edition: February, 2025
Copyright: Publisher
No. of Pages: viii + 88 = 96
Publisher:
New Century Book House Pvt. Ltd.,
41-B, SIDCO Industrial Estate,
Ambattur, Chennai - 600 050.
Tamilnadu State, India.
email: info@ncbh.in
Online: www.ncbhpublisher.in

ISBN: 978 - 81 - 2342 - 584 - 9
Code No. A 2933
₹ 80.00

Branches
Ambattur 044 - 26359906 **Spenzer Plaza (Chennai)** 044-28490027
Trichy 0431-2700885 **Pudukkottai** 04322- 227773 **Thanjavur** 04362-231371
Tirunelveli 0462-4210990, 2323990 **Madurai** 0452-4374106
Dindigul 0451-2432172 **Coimbatore** 0422-2380554 **Erode** 0424-2256667
Salem 0427-2450817 **Hosur** 04344-245726 **Krishnagiri** 04343-234387
Ooty 0423 2441743 **Vellore** 0416-2234495 **Villupuram** 04146-227800
Pondicherry 0413-2280101 **Nagercoil** 04652-234990

துரோகச் சுவடுகள்
ஆசிரியர்: வெ. இறையன்பு
முதல் பதிப்பு: டிசம்பர், 2013
பத்தாம் பதிப்பு: ஜூலை, 2024
பதினொன்றாம் பதிப்பு: பிப்ரவரி, 2025

அச்சிட்டோர்: **பாவை பிரிண்டர்ஸ் (பி) லிட்.,**
16 (142), ஜானி ஜான் கான் சாலை, இராயப்பேட்டை, சென்னை - 14
☎: 044-28482441

All rights reserved. No part of this book may be reprinted or reproduced or utilised in any form or by any electronic, mechanical, or other means, now known or hereafter invented, including photocopying and recording, or in any information storage or retrieval system, without permission in writing from the publishers.

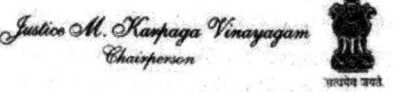

Justice M. Karpaga Vinayagam
Chairperson

सत्यमेव जयते

Appellate Tribunal For Electricity
CORE 4, 7TH FLOOR, SCOPE COMPLEX,
LODHI ROAD, NEW DELHI - 110 003
TEL.: 24368485 • FAX : 24368495
Mobile : 9990324999

RESI . : Bungalow No. 21, New Moti Bagh,
New Delhi - 110023
Tele. No. : 011-24673044

அன்பிற்குரிய வெ. இறையன்பு அவர்களுக்கு,

வணக்கம்!

தாங்கள் எழுதிய மூன்று நூல்களை அனுப்பியிருந்தீர்கள். இந்த நூல்களில் "துரோகச் சுவடுகள்" என்ற நூலுக்கு மதிப்புரை எழுதலாம் என்று முடிவு செய்தேன்.

எனக்கு ஓய்வு கிடைக்கும் போதெல்லாம் இந்த நூலைப் படித்தேன். படித்து முடித்தவுடன் இந்த மதிப்புரையை தங்களுக்கு அனுப்புகிறேன்.

இதுதான் எனது மதிப்புரை.

இந்த நூலைப் படித்து முடித்தவுடன் எனது நினைவுக்கு வந்த சொற்றொடர் இது. "எல்லோரையும் நேசியுங்கள், ஆனால் சிலரை மட்டும் நம்புங்கள்."

இந்த நூல் எல்லா வயதினரும், எல்லா மதத்தினரும், எல்லா நாட்டினரும் படித்துப் பாடம் கற்றுக்கொள்ள வேண்டிய நூல்.

சில நூல்கள் கையைக் கழுவி கையைச் சுத்தமாக்கிக் கொண்டு படிக்கவேண்டியவை. சில நூல்கள் படித்த வுடன் கையைக் கழுவி கையைச் சுத்தமாக்கிக்கொள்ள வேண்டியவை.

இந்த நூல், முதல் வகையைச் சேர்ந்தது. இதைப் படித்த வுடன் வாசகர்களுடைய மனமும் சுத்தமாகிவிடுகிறது.

ஒரு நூல் எப்படி இருக்கவேண்டும்?
வாசிக்கும்படி இருக்கவேண்டும்!
யோசிக்கும்படி இருக்கவேண்டும்!
நேசிக்கும்படி இருக்கவேண்டும்!
சுவாசிக்கும்படி இருக்கவேண்டும்!

இந்த இலக்கணங்களைக் கொண்டு இலங்கும் நூல் இது.

வாழ்க்கையில் எல்லோரையும் நம்பி ஏமாறாமல் எச்சரிக்கையாக இருந்து தன்னைக் காத்துக்கொள்ள வரலாற்றுச் சிறப்பு மிக்க பல நாட்டு உண்மைச்சம்பவங்களை எளிமையாகப் பதிவு செய்திருக்கிறீர்கள்.

துரோகத்திற்கு சிறந்த உதாரணம்: தன்னுடைய மகனைப் போல பாராட்டி மேயர் பதவியைப் பரிசளித்து புரூட்டசை உயர்த்திய ஜூலியஸ் சீசரை புரூட்டஸ் குத்த வந்தபோது அதிர்ச்சியால் "நீயுமா புரூட்டஸ்" என்று மனம் கலங்கி சாய்ந்த நிகழ்ச்சியை விவரித்திருக்கிறீர்கள்.

இந்த நிகழ்ச்சியைப் பற்றி நினைவுகூரும்போது ஓர் இலக்கியவாதி சொன்னது நினைவுக்கு வந்தது. ஜூலியஸ் சீசர் கீழே விழுந்தவுடன் அவரது உடலை 23 முறை கத்தியால் குத்துகிறார்கள். மயங்கிக் கிடக்கிறான் ஜூலியஸ் சீசர். இறுதியாக அவரை நோக்கி குத்த வந்தான் புரூட்டஸ். தன்னுடைய பிள்ளையைப்போல வளர்த்து ஆளாக்கிய ஜூலியஸ் சீசரை புரூட்டஸா குத்துகிறான் என்ற ஆச்சரியத்தோடு உடலுக்குள்ளே பாய்ந்துகொண்டிருந்த இரத்த வெள்ளம் புரூட்டஸ் கத்தியால் குத்திய துளையின் வழியாக இரத்த வெள்ளம் குபுகுபு என வெளியே வந்ததாம்! ஏன் புரூட்டசைப் பார்ப்பதற்காக. மற்றவர்களெல்லாம் குத்தியபோது வராத இரத்த வெள்ளம் புரூட்டஸ் குத்தியபோது அவனைப் பார்ப்பதற்காக 'குபுகுபு' என வந்தது என்று அந்த இலக்கியவாதி சொன்னார். அழகான கற்பனை இது.

காமராஜர் தேர்தலில் தோற்றவுடன் அவருக்கு வாக்களிக்காதவர்கள்கூட அவரைப் பார்ப்பதற்காகக் கூட்டம் கூட்டமாக வந்தார்களாம்.

ஒவ்வொருவர் வாழ்க்கையிலும் துரோக நிகழ்ச்சிகள் அன்றாடம் அரங்கேறுவது உண்டு. என்னுடைய வாழ்க்கையிலும் பல துரோகங்களை சந்தித்திருக்கிறேன். ஆனால்

நான் அவர்களுக்கு தீங்கு இழைத்ததில்லை. ஆனால் அவர்களின் முடிவு நன்றாக இருந்ததில்லை. ஒரு முதுமொழி உண்டு. நம்மை அவமானப்படுத்துபவர்களை பதிலுக்கு அவமானப்படுத்துவது அநாகரிகம். அதற்கு மாறாக அவர்களே நம்மை அங்கீகரிக்கும்படி அவர்கள் முன்னாலே உயர்ந்து காட்டுவது, நயத்தக்க நாகரிகம்.

மற்றவர்கள்மேல் இடிக்காமல் நமது காரை நாம் எச்சரிக்கையோடு ஓட்டுகிறோம் என்பது ஒன்று. அடுத்தவர் கார் நம் கார் மீது இடிக்காமல் மிகுந்த எச்சரிக்கையோடு ஓட்டுவது இன்னொன்று. ஆக, நமக்கு தெரியவேண்டிய பாடம் நமது காரை நாம் ஓட்டும்போது எச்சரிக்கை வேண்டும்.

இந்த நூல் படிக்கிறவர்களை எச்சரிக்கையாக இருக்க வேண்டும் என்று தூண்டுகிறது. இயல்பாக எச்சரிக்கையாக இருப்பவர்கள், இன்னும் கொஞ்சம் எச்சரிக்கையாக இருக்க வேண்டும் என்ற உணர்வையும் ஊட்டுகிறது.

துரோகத்தில் இரு விதங்கள் உண்டு. நன்றி மறப்பது ஒரு வகை. நல்லது செய்பவர்களையே காட்டிக்கொடுப்பது ஒரு வகை. உலகத்தில் யார் எந்த வகை என்பதை தெரிந்து கொள்வதே ஒரு பெரிய கலை.

ஆயிரம் பேருக்கு உதவுங்கள். அப்போதுதான் நன்றியுள்ள பத்து நபர்களையாவது கண்டுபிடிக்க முடியும். விசுவாசிகள் பத்துபேர்தான். ஆனால், துரோகிகள் 990 பேர்கள். எனவேதான் விசுவாசிகளை குறிஞ்சி மலருக்கு ஒப்பிட்டிருக்கிறீர்கள். துரோகிகளை நெருஞ்சிமுள்ளுக்கு ஒப்பிட்டிருக்கிறீர்கள்.

தவறான வழியில் மனிதர்கள் அடுத்தவர்களை தள்ளிவிட்டு உயரம்போவது அன்றாட நிகழ்வுகள். ஆனால் அவர்களுடைய முடிவு வெளிச்சமாக இருக்காது. அவர்கள் எல்லாம் மழையில் முளைத்த பளபளக்கும் காளான்கள். நிலைத்து நிற்காது.

பதவியில் இருப்பவர்கள் மிகுந்த நுட்பத்துடன் நண்பர்களை தேர்ந்தெடுக்கவேண்டும். நம்முடைய பலவீனங்களை எந்தக் காரணத்தைக்கொண்டும் மற்றவர்களிடம் பகிர்ந்து கொள்ளக்கூடாது. நமக்கு நம்முடைய பலம் தெரிய

வேண்டும். பலவீனத்தையும் தெரிந்துகொள்ள வேண்டும். நாகரிகம் என்பது புறத்தோற்றம். பண்பாடு என்பது மன வளர்ச்சி. நாகரிகமும் பண்பாடும் ஒரு நாணயத்தின் இரு பக்கங்கள்.

துரோகங்களை சந்திக்கத் தயாராக இருப்போம்; அப்போது தான் படிப்பினையை கற்றுக்கொள்ளலாம். அந்த படிப்பினையால் இனி யாரும் நம்மை ஏமாற்றாதவாறு முதிர்ச்சியைப் பெறலாம். ஆனால் நாம் ஒருநாளும் துரோகிகளாக ஆகிவிடக்கூடாது.

உயர்ந்த பதவியிலே உள்ளவர்கள், மிகச் சிறந்தவர்கள், எச்சரிக்கையோடு இல்லாவிட்டால் அவர்களைப் பாராட்டுவதைப் போலப் பாராட்டி அவர்களை கவிழ்த்துவிடுவதற்கு நிறையப்பேர் காத்திருக்கிறார்கள்.

இனிக்க இனிக்கப் பேசுபவர்கள் எல்லாம் இனிமையானவர்கள் என்று எண்ணிக்கொள்கிறோம். இது தெரியாமல் அவர்களிடம் இன்னமும் ஏமாந்துகொண்டிருக்கிறோம். எவ்வளவு நிதர்சனமான உண்மை இது.

இந்த நூல் "ஏமாறாதே! ஏமாற்றாதே!" என்ற மொழியின் விரிவாக்கம்.

அடுத்தவர்களுடைய வஞ்சகத்திலிருந்து நம்மைக் காத்துக் கொள்வோம். அவர்களைக்கூட நாம் வஞ்சிக்காமல் இருப்போம். இதுதான் இந்த நூல் கற்றுத் தருகிற பாடம்.

தொடர்ந்து எழுதுங்கள்! தங்களின் புத்தகம் சமூக அக்கறையை மையப்படுத்தி எழுதப்பட்டுள்ளது. சமுதாய முன்னேற்றத்திற்காக தங்கள் புத்தகம் அமைந்துள்ளது.

பாராட்டுகள்!

தங்களது எழுத்துப்பணி எழுச்சியுடன் தொடர, வெற்றி பெற எனது இதயம்தோய்ந்த வாழ்த்துகள்!

வணக்கம்! நன்றி!

அன்புடன்,

(நீதியரசர் மு. கற்பகவிநாயகம்)

பொருளடக்கம்

1. எச்சரிக்கை, எப்போதும் 1
2. நீயுமா புரூட்டஸ் 7
3. நன்றி மறப்பவர் பலர் 13
4. சீடனாய் ஒரு மூடன் 19
5. வேலி மேய்ந்த வயல்கள் 26
6. வளர்த்த கடா 33
7. அமுக்கப்படும் அங்கீகாரம் 40
8. உத்தமனில்லை உத்தமசோழன் 47
9. பிளாசி யுத்தம் 54
10. உடன் பிறப்பும் உலை வைக்கலாம் 61
11. புத்தர் காலத்திலேயே.... 68
12. துரோகம் எனும் தொடர்கதை 75
13. இறுதியாக.... 82

1
எச்சரிக்கை, எப்போதும்

மனிதர்கள் நம்பிக்கையால் வாழ்கிறார்கள்; நம்பிக்கையாலேயே வீழ்கிறார்கள். 'நம்பிக்கை நல்ல காலைச் சிற்றுண்டி; மோசமான இரவு உணவு' என்கிறது ஆங்கிலப் பொன்மொழி.

"எவ்வளவு நம்பினேன் ஏமாற்றி விட்டானே!" என்று புலம்புகிறவர்கள் இருக்கிறார்கள். நம்பினால்தான் ஏமாற்ற முடியும் என்பதை அவர்கள் அறிவதில்லை. பகையாளி செய்தால் குயுக்தி, பங்காளி செய்தால் துரோகம்; எதிரி செய்தால் உத்தி, நண்பன் செய்தால் துரோகம். கூட இருப்பவன் பறிப்பதே குழி; தூரமாக இருப்பவன் செய்தால் அது அகழி என்கிற சின்ன தத்துவத்தைப் புரிந்துகொண்டால் எச்சரிக்கையாக இருந்து ஏமாறாமல் காத்துக் கொள்ள முடியும்.

துரோகிகள் எப்போதுமிருந்திருக்கிறார்கள். பூமியின் முகத்தில் புன்னகைத்துக் கொண்டும், சாமியின் மீது சத்தியம் செய்து கொண்டும், அவர்கள் விழுக்காடு இன்று அதிகரித்திருக்கிறது என்பதே உண்மை. வரலாற்றை வாசிப்பது சரித்திரப் புருஷர் களையும், சாதித்த வீரர்களையும் பற்றி படித்துப் புளகாங்கித மடைய மட்டுமல்ல; துரோகத்தால் வீழ்ந்தவர்களையும், முற்றிலும் நம்பி பெற்றதைத் தொலைத்தவர்களையும் பற்றி அறிந்து, எப்போதும் விழிப்புணர்வுடன் விளங்குவதற்காகவே.

'சுற்றி இருப்பவர்களையும் ஒற்று பார்க்கச் சொல்வது அவசியம், வேண்டியவர்களாய் நடிப்பவர்களையும் வேவு பார்க்கச் செய்வது முக்கியம்' என்று அர்த்தசாத்திரம் அறுதியிடுகிறது. எல்லோர் மீதும் ஒரு கண் வைப்பது அவசியம் என்று திருக்குறள் தெரிவிக்கிறது. அந்தப்புரத்தில் அரவாணிகளைப் பணியமர்த்தி யதையும், அரண்மனைச் சேவகர்கள் ரகசியங்களைக் கசிய விடாமல் செய்ய அவர்கள் நாக்குகள் துண்டிக்கப்பட்டதையும் படிக்கிறோம். நா காக்க, ரகசியம் காப்பது அவசியம். உணவைக் கூட ஒவ்வொரு முறையும் சோதித்த பிறகே உண்ண வேண்டும். அதில் நஞ்சு கலக்கும் நெஞ்சு கொண்டவர்கள் ராஜ சமைய லறைக்குள் ஊடுருவலாம் என்று முன்ஜாக்கிரதையை முன் மொழிந்த காலம் பற்றி தெரிந்துகொள்கிறோம். அவை வெறும் தகவல்களாக அறியப்படுவதற்காக மட்டுமல்ல; உள்ளத்தில் சிலுவை போல் அறையப்படுவதற்காகவுமே.

'மனிதர்கள் சுயநலம் மிக்கவர்கள். அவர்களுடைய அத்தனை செயலும் ஆதாயத்தை நோக்கியே செயல்படும்' என்கிற கறாரான பார்வை மார்க்ஸ்க்கு இருந்தது. 'மனிதர்கள் மகத்தான மேன்மையைக் கொண்டவர்கள்' என்ற பரந்த பார்வை மகாத்மாவுக்கு இருந்தது. மகாத்மாவையும், மார்க்ஸையும் எங்கெங்குத் தேர்ந்தெடுக்க வேண்டுமென்பதை அறிபவர்களே அறிஞர்களாகிறார்கள். இருட்டறையில் சிக்கிக் கொள்ளும்போது தான் பூனையின் கால்களின் நகங்கள் எவ்வளவு நீளம் என்பது தெரிகிறது. பூனையைப் போலத் தோன்றும் பலர், நேரம் வரும் வரை வாலைச் சுருட்டவும், காலம் கனிந்தால் பாலைக் குடிக்கவும், உறவு கசந்தால் ஆளை முடிக்கவும் செய்வார்கள். நம்பிக்கெடுவதும், நம்பிக்கையின்மையால் வாழ்வதும் தொடர் கின்றன.

எத்தனைமுறை ஏமாந்தாலும், நம்புவதற்குத் தயாராகவே பலர் இருக்கின்றனர். காரணம் பேராசை. வியர்வை சிந்தாமல் கல்லாப் பெட்டி நிரம்ப வேண்டும் என்கிற நப்பாசை. உழைக்காமல் உயரவேண்டுமென்ற குறுக்குவழி. இவையே ஏமாற்றுபவர்களுக்கு மூலதனம். பொய் புனையும் போலி வேடங்கள் உண்மையைக் காட்டிலும் கவர்ச்சியாய்க் கண்சிமிட்டுகின்றன. பித்தளை தங்கத்தைக் காட்டிலும் நன்றாக மின்னி பித்தலாட்டம் செய்கிறது.

சாம்ராட் அசோகர் புத்தமதத்தில் சித்தத்தை செலுத்தினார். அவர் மனைவி பெயர் திசரகா. அவளுக்கோ ஆதங்கம். புத்தர் அமர்ந்து மெய்ஞ்ஞானம் பெற்ற போதி மரத்தின்மீது அவருக்கு அதிக அன்பு என்ற பொறாமை. மரத்தின் மீது கவனம் செலுத்தினால், தன் மீது உணர்வு மரத்துப்போகுமோ என்ற அச்சம். அவள் அந்தப்புனித மரத்தைக் கொல்லவும் முயற்சி செய்தாள். போதி மரம் என்பது நம் ஊர் அரச மரம். இதயத்தின் வடிவத்தில் இலைகள் இருக்கும் அதன் அழகு, மழையோ, வெயிலோ அடியில் அமர்ந்திருப்பவர் மீது படாமல் பாதுகாக்கும். பச்சயம் உதிர்ந்த இலை நரம்புகளாய் அழகுபடத் தோன்றும் ஒரே இலை அரச இலை; அதற்கு இணை ஏதுமில்லை. அவள் விஷமுட்களால் குத்தி அந்த மரத்தை வீழ்த்த நினைத்தாள். தப்பிப் பிழைத்த மரம் தழைத்துத் துளிர்த்து கிளை பரப்பியது. மெல்லிய மனத்திலும் துள்ளிடும் வன்மம் சாத்தியம் என்பதற்கு திசரகா ஒரு சான்று.

துரோகத்தால் ஒரு சாம்ராஜ்யமே வீழ்ந்தது. நந்தர்களைப் பந்தாடி சாம்ராஜ்யம் படைத்தான் சந்திரகுப்தமௌரியன். இந்திய எல்லைகளையும் கடந்து படர்ந்து விரிந்தது அது. உலகத்தின் மிகப்பெரிய படை அப்போது மௌரியர்களிடமே மலர்ந்திருந்தது. அது பொற்காலமல்ல கற்காலம். கற்களும் சிற்பங்களான காலம். கற்களிலும் கவிதை வடிக்கப்பட்ட காலம். அந்த வம்சத்தின் வீழ்ச்சியை அதன் தளபதியே நடத்தினான் என்பதே துரோகத்தின் உச்சம்.

சக்ரவர்த்தியாக இருந்தவன் பிரகத்ரதா. சந்திரகுப்தரும், பிந்து சாரரும், அசோகரும் பாடுபட்டு உருவாக்கிய உலகின் மாபெரும் சாம்ராஜ்யம். காலம் கி.பி.15. பௌத்தப் பேரரசாகப் பட்டொளி வீசிப் பறந்த நேரம். 'எதையும் சந்தேகக் கண்ணோடு பார்' என்று

அறிவுறுத்திய சாணக்கியரின் மந்திராலோசனையால் கருவானதும் உருவானதும் கூட. தேரிலோ, யானையிலோ, குதிரையிலோ அமர்ந்து முழுக் கவசத்துடனும் முன்னேற்பாட்டுடனும் மட்டுமே மன்னன் அணிவகுப்பைப் பார்வையிட வேண்டும் என்பது சாமர்த்தியம் கொண்ட சாணக்கியன் வாக்கு.

பிரகத்ரதாவின் தளபதி புஷ்யமித்ரர். குள்ள நரி. உதட்டில் புன்சிரிப்பும், உள்ளத்தில் வஞ்சகமும் கொண்ட நச்சுப்பாம்பு. அவன் சிரிப்பிலும், குழையக் குழையப் பேசும் பேச்சிலும் அவனை அப்படியே நம்பினார் பிரகத்ரதா. ஆனால் அவனோ மகுடம் தன் தலைக்குப் பொருத்தமாக இருக்கும் என்று பொய் மகுடம் செய்து ஆழிமுன் அடிக்கடி நின்று ஒத்திகை பார்ப்பவன். பொய் மகுடமே இவ்வளவு அழகு என்றால் பொன் மகுடம் எவ்வளவு பளபளக்கும் என மனப்பால் படிக்கணக்கில் குடித்தவன். அதிக அவாவில் திளைத்தவன்.

ஒருநாள் வழக்கத்தைக் காட்டிலும் அதிகக் குழைவுடன் வாலைக் குழைத்துக்கொண்டு மன்னர் முன் வந்தான் புஷ்யமித்ரன்.

''உலகை ஆளும் சக்ரவர்த்தியே! கடல்போன்று விரிந்திருக்கும் உங்கள் படையைப் பார்த்து பெருமிதம் கொள்ளுங்கள்'' என்றான்.

அவன் தளுக்குப் பேச்சில் மயங்கினார் மாமன்னன். மனத்தயாரிப்பு செய்யாமல், சாணக்கியன் சொன்ன சொற்களை காற்றில் பறக்க விட்டார் பிரகத்ரதா. 'நம்முடைய நேசத்திற்குரிய தளபதி மோசத்தை செய்வான்!' என இம்மியும் எதிர்பார்க்காமல் கவசமின்றி, கத்தியின்றி அணிவகுப்பை பார்க்கக் கிளம்பினார். படை வணக்கத்தை பார்வையிட்டு தலைநிமிர்ந்த மன்னவனைப் பின்புறமிருந்து சிரச்சேதம் செய்தான் புஷ்யமித்திரன். அவன் கட்டைவிரலசைவின் கட்டுப்பாட்டில் இருந்த ராணுவம் வாளாவிருந்தது. அவன் சேனாபதி என்கிற பட்டத்துடனே அந்த சாம்ராஜ்யத்தை ஆண்டான். அவன் சுங்கப் பேரரசை உருவாக்கி னான். அவன் மகன் அக்னிமித்ரா அரசனாக ஆனான். சுங்கப் பாரம்பரியத்தில் சிங்கமாய் இருந்த பேரரசு சிறுநரியாய்ச் சிறுத்தது தான் மிச்சம். மௌரியர்களின் ஆளுகையில் கோலோச்சிய இந்தியப் பேரரசு, சுங்கர்கள் வசம் சுருங்கிப்போனது. அவர்கள் வம்சம் சிற்றின்பங்களில் மூழ்கி சிதைந்து சின்னாபின்னமானது.

இதிகாசங்களிலும் துரோகங்கள் நியாயங்களின் கழுத்தை நெரித்த சம்பவங்கள் உண்டு.

ஹிரண்ய தன்யூ என்பவன் மலைவாழ் மக்களின் அரசன். அவனுக்கு ஒரு புதல்வன். அவனுக்கோ ராணுவக்கலைகளில் வானளாவ வளர அவா. விற் கலையும் அதிலொன்று. நிஷத இளவரசனான அவன் அந்த அரசகுருவை அணுகுகிறான். அவரோ கற்றுத்தர மறுக்கிறார். அவன் இனத்தைக்காட்டி திருப்புகிறார். மனமெங்கும் காயத்துடன் காட்டுக்குத் திரும்பிய அவன் அவரையே குருவாக மானசீகமாக வரித்துக் கற்கிறான். அவன் ஈடுபாட்டால் ஒவ்வோர் உத்தியிலும் ஜொலிக்கிறான். அஸ்தினாபுர இளவரசர்கள் காட்டுக்கு வேட்டைக்கு வருகிறார்கள். அமாவாசை இரவு, எங்கும் இருட்டு. அவர்கள் வனத்திலேயே கூடாரம் அமைத்துத் தங்குகிறார்கள். அன்று இரவு நாயொன்று குரைத்து இளவரசர்களின் தூக்கத்துக்குத் தொந்தரவு தந்தது. கும்மிருட்டில் வெளியில் செல்ல யாரும் விரும்பாதபோது, திடீரென அம்புபாயும் சத்தமும், அதைத் தொடர்ந்து நாயின் குரைப்பு நின்று போன நிசப்தமும் வெளிப்பட்டன. அடுத்தநாள் அந்நாய் ஒரு செந்நாய் என்பதும், அது இறந்து கிடப்பதும் தெரிந்தது. இருட்டில் எப்படி அதை வீழ்த்தியிருக்க முடியும் என்கிற வியப்புடன் அந்த அரச பயிற்சியாளரின் தலைமாணாக்கன் விசாரித்தான். அந்த விசாரிப்பில் விசனமும் சந்தேகமும் கலந்திருந்தன. அம்பு புறப்பட்டு வந்த திசையை நோக்கி அனைவரும் நடையைக் கட்டினர்.

அங்கு அந்த நிஷத இளவரசனின் பயிற்சியைப் பார்த்தனர். அவன் தன்னைக் காட்டிலும் அனைத்து விதத்திலும் தலை சிறந்திருந்ததைப் பார்த்தான், அந்த அரசகுருவின் சிஷ்யன். அவன் தலை கவிழ்ந்தான். தலைமாணாக்கனுக்கே தலைகுனிவா என்று குருவிற்கு வருத்தம். அவர் எவ்வளவு சமாதானம் சொல்லியும் அவன் சாந்தமடையவில்லை. அவனிடம் அந்த குரு எதுவும் செய்ய முடியாமல் கையைப் பிசையும் நிலை.

அவர் நிஷத இளவரசனிடம் குருதட்சணை கேட்டார்.

‘‘எது கேட்டாலும் கிடைக்குமா?’’ என்று பாம்பு நாக்கை நீட்டுவதைப் போல நாவை நீட்டி நப்பாசையுடன் கேட்டார்.

அவன் "சரி" என்றான்.

கட்டை விரலைக் கேட்டார். வலது கைக் கட்டைவிரலைக் காணிக்கையாகத் தர பணித்தார். 'அந்தக் கட்டைவிரலே அம்பு களை செலுத்த முடியும். அது அறுக்கப்பட்டுவிட்டால், அவன் வில்வித்தையில் வீரனாக விளங்கமுடியாது' என்பது அவருடைய கணிப்பு. தயக்கமின்றி அவன் கட்டைவிரலை கத்தரித்து ஆச்சாரியரின் கால்களில் வைத்தான்.

அந்த ஆச்சாரியர் உண்மையில் துரோணர் அல்ல; துரோகர். நம்பிக்கை துரோகம் செய்த அவர், யாருக்காக அதைச் செய்தாரோ அவர்களாலேயே வீழ்த்தப்பட்டார் என்பதே மகாபாரதத்தின் உச்சகட்டம். 'துரோணர்' என்றால் 'வாளி' என்று பொருள். (அவர் வாளியில் பிறந்தவர்.) கவிழ்த்து விடுவார் என்ற பொருளில்தான் அவ்வாறு அழைக்கப்பட்டாரோ! தெரியவில்லை.

கட்டைவிரலை இழந்தும், ஏகலைவன் விற் பயிற்சியைத் தொடர்ந்தான். அவன் மரணம் வீரமரணமாகவே விளைந்தது.

பலவீனமானவர்கள் ஒருபோதும் பலம் வாய்ந்தவர்களாகிவிடக் கூடாது என்பதில் மட்டுமே பலரும் எச்சரிக்கையுடன் இருந்திருக் கிறார்கள், எப்போதும்.

2

நீயுமா புரூட்டஸ்

உலகத்தில் புத்திசாலிகளுக்குக் குறைச்சலில்லை. விசுவாசிகளே குறைவு. முட்டாள்களை வைத்து வேலை வாங்குவதுகூட சிரமமில்லை. ஆனால் துரோகிகளோடு நிர்வாகத்தை நடத்துவது சிரமம். நம்பியவர்கள் செய்கிற துரோகத்தைக் காட்டிலும் நம்மிடம் நல்லதை சாதித்துக்கொண்டவர்கள் செய்கிற துரோகம் கொடுமையானது. அதை செரித்துக் கொள்வதும் சாத்தியமில்லாமல் போய் விடுகிறது. நினைக்கும் போதெல்லாம் அணைக்க மறந்த அடுப்பைப்போல் நெஞ்சு எரிகிறது.

விசுவாசத்திற்கு உதாரணமாக அவருடைய பாட்டனார் இருந்ததைப் பற்றி மகாத்மா காந்தி தன்னுடைய சத்திய சோதனையில் குறிப்பிடுகிறார். பாட்டனார் பெயர் ஓதாகாந்தி என்கிற உத்தம சந்திர காந்தி. பெயருக்கேற்றவர். உத்தம தத்துவமாய் ஒளிர்ந்தவர்.

இறுதிவரை கொள்கையில் உறுதி. போர்பந்தரில் திவானாக இருந்தார். சூழ்ச்சிகளால் வீழ்ச்சியடைந்து போர்பந்தரை விட்டுப் புலம் பெயர நேர்ந்தது. ஜூனா கட்டில் அடைக்கலம் புகுந்தார். அங்கிருந்த நவாபுக்கு எப்போதும் இடது கையினால் சலாம் செய்வார். மரியாதைக் குறைவாக இச்செய்கையைக் கருதிய ஒருவர் அவரிடம், ''இடக்கையால் ஏன் சலாம்?'' என்று இடக்கு மடக்காகக் கேட்டார். அதற்கு ஓதாகாந்தி ''என் வலக்கரம் முன்பே போர்பந்தருக்கு அர்ப்பணம் செய்யப்பட்டுவிட்டது'' என்று கம்பீரமாக பதில் அளித்தார். அற்பர்களால் எதையும் அர்ப்பணம் செய்ய முடியாது. அவர்கள் சந்தர்ப்பங்களையே சாதகமாக்கிக் கொள்ள தர்ப்பணம் செய்பவர்கள்.

நாம் நல்லது செய்தவர்கள். அதை மறந்தாலே மனம் தொங்கிப் போகும் மென்மையை மேவியவர்கள் நாம். அவர்கள் கெடுதலைச் செய்யவும் முற்பட்டால் பல நேரங்களில் அதையே புலம்பித் திரிகிற மனநிலையை அடைந்து விடுகிறோம். ஆப்பிரிக்காவில் நாட்டுப்புறக் கதை ஒன்று உண்டு. வேட்டைக்காரர்கள் பாம்பு ஒன்றை கொல்லத் துரத்திக்கொண்டு வந்தார்கள். அவ்வழியே சென்றுகொண்டிருந்த விவசாயியைக் காப்பாற்றும்படி அந்தப் பாம்பு கெஞ்சியது. அவனும் மனம் இறங்கி குத்துக்காலிட்டு அமர்ந்தான். அதை தன் ஆசன வாய் வழியாக வயிற்றுக்குள் ஒளிந்துகொள்ளும்படி சொன்னான். பாம்பும் அவ்வாறே செய்தது. சில நிமிடங்களில் வேட்டைக்காரர்கள் அந்தப் பாதையைக் கடந்து போய்விட்டார்கள். ஆபத்து அகன்றதை உணர்ந்ததும் விவசாயி அந்தப் பாம்பை வெளியே வரும்படி சொன்னான். ஏற்கெனவே சில இடங்களில் காயம்பட்டிருந்த அந்தப் பாம்பு அவன் வயிற்றுக்குள் இருந்த கதகதப்பையும் பாதுகாப்பையும் உணர்ந்து வெளியே வர மறுத்தது.

'என்ன செய்வது!' என்று தெரியாமல் வீட்டுக்குத் திரும்பும் வழியில் வெள்ளைக் கொக்கு ஒன்றை அவன் சந்தித்தான். அதன் காதுகளில் நடந்ததைக் கிசுகிசுத்தான். அக்கொக்கு அவனை மறுபடியும் குத்துக்காலிட்டு உட்கார்ந்து முக்கி முனகும்படி அறிவுறுத்தியது. அவன் அப்படிச் செய்ததும் பாம்பு லேசாக தலையை வெளியே நீட்டியது. கொக்கு அதைக் கொத்தி வெளியே இழுத்து ஒரு பாறையில் அடித்து கொன்றுபோட்டது. அதிக நேரம் வயிற்றுக்குள் இருந்ததால் பாம்பின் பாசானம் உடலுக்கு

உபத்தரவம் தருமோ என்று விவசாயிக்கு விசனம் ஏற்பட்டது. அவன் அந்தக் கொக்கிடமே ''பாம்பின் விஷத்திற்கு எது மருந்து?'' என்று கேட்டான். அந்தக் கொக்கு அவனிடம், ''நீ ஆறு வெண் பறவைகளை சமைத்துச் சாப்பிட்டால் வயிற்று நஞ்சு வெளியேறி விடும்'' என்று விடையளித்தது. ''ஒரு வெண் பறவை இப்போதே கிடைத்துவிட்டது'' என்று கூக்குரலிட்டவாறே அதைச் சட்டென்று பிடித்த விவசாயி ''உன்னை முதலில் உண்பேன்'' என்று அதன் கால்களைக் கட்டி கைப்பையில் போட்டான். பிறகு அதை வீட்டிற்கு எடுத்துச் சென்றான்.

அதைக் கூண்டில் அடைத்துவிட்டு மனைவியிடம் நடந்த சம்பவத்தை ஒன்றுவிடாமல் சொன்னான். அதற்கு அவன் மனைவி, ''உன் நடத்தை எனக்கு நல்லதாகப் படவில்லை. உனக்கு நல்லது செய்து உயிரைக் காப்பாற்றிய பறவையைப் பிடித்து வந்ததோடு அதை சமைத்து தரவும் என்னிடம் சொல்வது நாகரிகமான செயலாகப்படவில்லை. இது நம்பிக்கைத் துரோகம்'' என்று நவின்றாள். அவள் ஓடிப்போய் அந்தக் கொக்கு அடைக்கப்பட்டிருந்த கூண்டின் கதவைத் திறந்துவிட்டாள். அந்தக் கொக்கோ வெளியே பறந்து செல்லும்போது அவளுடைய விழிகளை குத்திக் குருடாக்கிவிட்டு பறந்து சென்றது. அந்த ஆப்பிரிக்கக் கதை, ''யாராவது உனக்கு நன்றியுடன் நடந்து கொண்டால் தண்ணீர் மேல்நோக்கிப் பாய்வதைப்போல அது அதிசயமானது'' என்று அறிவிக்கின்றது.

துரோகம் தொடர் சங்கிலியாக இருக்கிறது. நன்றியோ தனித்தனி வளையங்களாய் தடுமாறுகிறது என்பதைத்தான் நாட்டுப்புறக் கதை நமக்கு உணர்த்துகிறது.

துரோகத்தின் அடையாளமாக வரலாறு சிலரை எப்போதும் கருதி வருகிறது. அப்படிப்பட்டவர்களில் புரூட்டஸ் முதன்மையாய் நிற்கிறான். அதற்கு வலுவான காரணங்கள் உண்டு.

ஜூலியஸ் ஸீஸர் ரோமாபுரியை வலுவான நாடாக உயர்த்தியதில் முக்கியப் பங்கை வகித்தவர். ரோமும், கிரேக்கமும் தனிநபர்கள் அளவுக்கதிகமாக புகழ் அடைவதையே விரும்பாத சாபத்திற்கு உட்பட்டவை. தன்னை துருத்திக்கொண்டு முன் நிற்கிற மனிதர் களை துரத்திக் கொன்று விடுவது அவர்கள் மரபு. ரோமாபுரியின் தன்னிகரில்லாத தலைவனாக அவன் உருவாவதைக் கண்டு ஒரு

சிலருக்கு எரிச்சல். அதில் முக்கியமாய் இருந்தவன் கஸியஸ். அவனைக் காட்டிலும் ஜுலியஸ் ஸீஸர் மேம்பட்டவன் அல்ல என்கிற எண்ணம் அவன் அடி மனத்தில் எப்போதும் ஆழமாக இருந்தது. ஜுலியஸ் ஸீஸர் பல சீர்திருத்தங்களை நிர்வாகத்தில் செய்து அதன் வளைந்த முதுகெலும்பை நிமிர்த்திக்காட்டினார். சிதைவையும் ஊழலையும் ஒழித்துக்கட்டினார். சாமானியர்கள் அவரை சக்கரவர்த்தியாகக் கொண்டாடினர். மேட்டுக் குடியினர் அவர் மேல் வெறுப்பைக் கொட்டினர். அவர்களில் ஒருவனே கஸியஸ். தனக்குப் போதிய முக்கியத்துவம் தரப்படவில்லை என்று அவன் அடிவயிற்றில் எப்போதும் பொறாமைத் தீ பொங்கிக்கொண்டிருந்தது. அவன் புரூட்டஸின் சகோதரி ஜுனியாவை மணந்து அவனது மச்சானாகவும் அச்சாரமிட்டவன். அதே நேரத்தில் அவனுக்கு புரூட்டஸ் மீதும் பொறாமை. பொறாமை என்பது எல்லாப் பொருள்களையும் எரிக்கும் தீ. அதற்கு விதியும் இல்லை, விதிவிலக்கும் இல்லை.

ஜுலியஸ் ஸீஸர் ரோமாபுரிக்கு முதல் முறை வெற்றி ஊர்வலமாக வந்தபோது கஸியஸ், புரூட்டஸ் இருவருமே அவனிடம் அந்நகரின் பிரேட்டர் பதவிக்கு அடிபோட்டனர். அப்பதவி தற்போதைய மேயர் பதவியைப் போன்றது. ஜுலியஸ் ஸீஸரோ அதை புரூட்டசுக்குக் கொடுத்தார். அதே நேரத்தில் அவரே அதற்கு கஸியஸே அதிகம் பொருத்தம் என்று ஒத்துக்கொண்டார். இந்நேர்வில் ஜுலியஸ் ஸீஸர் பாரபட்சமாக நடந்துகொண்டதாக பரவலாகச் செய்தி பரவியது. அதற்குக் காரணம் புரூட்டஸின் தாய் செர்வீலியா ஜுலியஸ் ஸீஸருக்கு நெருக்கமாக இருந்த தாகவும், அவருடைய இளமைப் பருவத்தில் காதலியாக வாழ்ந்த தாகவும் அவள் மூலம் ஜுலியஸ் ஸீஸருக்குப் பிறந்த மகனே புரூட்டஸ் என்றும் ஒரு பேச்சு அடிபட்டது. அதை வரலாற்று ஆசிரியர் புளூட்டார்க்கும் வழிமொழிகிறார். இவையெல்லாம் கஸியஸ் மனத்தில் கசிந்த கோபத்தை ஊதி ஊதி உப்ப வைத்தது.

கஸியசுக்கு எப்போதும் நல்ல பெயரில்லை. அவன் கண்களில் இருக்கும் குரூரமும், தந்திரமும் அனைவருக்கும் அத்துபடி. அதனால் ஜுலியஸ் ஸீஸரைத் தீர்த்துக்கட்டும் செயலுக்கு புரூட்டஸையும் உடந்தையாக்க அவன் விரும்பினான். ரோமா புரியின் மக்கள் புரூட்டஸ் மீது வைத்திருக்கும் நம்பிக்கையை காசாக்கிக்கொள்ள அவன் விரும்பினான். 'ரோமாபுரி சர்வாதிகாரி

யின் பிடியில் சிக்கி சகதியாகிவிடக்கூடாது' என்று சகட்டுமேனிக்கு புகார்களை ஜூலியஸ் ஸீஸரைப் பற்றி அள்ளி வீசி சதியில் புரூட்டஸை ஸாஸரைப்போலப் பயன்படுத்திக் கொள்கிறான்.

புரூட்டஸோ அவன் புகழ்மொழிகளில் மயங்கி 'தனக்குப் பதவி கிடைத்த பொறாமைதான் கஸியஸை ஆட்டிப்படைக்கிறது' என்கிற அடிப்படை உண்மையைக்கூட மறந்துவிடுகிறான். அவனும் சதித்திட்டத்தில் தன்னை ஐக்கியப்படுத்திக் கொள்கிறான்.

எடுத்த முடிவில் உறுதியாக இருப்பவர் ஜூலியஸ் ஸீஸர். அவருடைய திடமான சித்தமும், அசையாத மனமுமே அவருக்குப் பல வெற்றிகளைப் பெற்றுத் தந்தது. குறைந்த படையுடன் வலுவான எதிரிகளை அவர் சூறையாடியதற்கு அந்த சூரத்தனமே காரணம். அத்தனைபேரும் அவரை சபைக்குச் செல்ல வேண்டாம் என்று எச்சரித்தபோதும், அவர் மனைவி நச்சரித்தபோதும், பலர் 'உஷாராக இரு' என்று உச்சரித்தபோதும் அதை மெச்சி ஏற்காமல் வெற்றுப் பேச்சாய் எண்ணி சபைக்குச் செல்கிறார். அங்கே அவரைக்கொல்ல பெரிய கூட்டமே தயாராக இருக்கிறது. அவரை முதலில் கேஸ்கா என்பவன் குறுங்கத்தியால் கழுத்தில் குத்துகிறான். ஜூலியஸ் ஸீஸர் விரைந்து திரும்பி அவன் கைகளைப் பிடிக்கிறார். அதற்குள் அத்தனை பேரும் மாறிமாறி குத்துகிறார்கள். 23 முறை அவரைக் குறுவாளால் குத்தி குருதி வெள்ளத்தில் தள்ளுகிறார்கள். இறுதியாக அவரை நோக்கி குத்தவந்த புரூட்டஸைப் பார்த்ததும் தடுக்கும் முயற்சியை ஜூலியஸ் ஸீஸர் நிறுத்தி "நீயுமா குழந்தை!" என்று வருந்தி சாய்கிறார்.

ஷேக்ஸ்பியர் அவருடைய ஜூலியஸ் ஸீஸர் நாடகத்தில் "யூ டு புரூட்!" என்கிற லத்தீன் வாசகத்தை ஜூலியஸ் ஸீஸர் உச்சரிப்பதாக பயன்படுத்தி இருக்கிறார். அதுவே சரித்திரத்தின் துரோகத்திற்கு எதிராக பயன்படுத்தப்படும் வாசகமாக கல்வெட்டில் பதிந்ததைப் போல் சொல்வெட்டாய் நின்று சொலவடையாகிப்போனது. இலக்கியவாதிகள் புரூட்டஸே தன்னைக் குத்தவந்த பிறகு ஜூலியஸ் ஸீஸர் காப்பாற்றிக் கொள்ள எந்த முயற்சியும் எடுக்க வில்லை என்று அவன் துரோகத்தைப்பற்றி துகில் உரிக்கிறார்கள். ஆன்டனி, புரூட்டஸ் ஏற்படுத்திய காயத்தைக் காண்பித்து "இதுவே மிகவும் ஆழமான காயம்" என்று மக்களிடம் புரட்சியைத் தூண்டியதாய் ஷேக்ஸ்பியர் எழுதியிருப்பார். நம்பிக்கைக்குரிய வர்கள் நகத்தால் கீறினால் அது எதிரிகள் வாளால் குத்தியதைவிட

வர்கள் நகத்தால் கீறினால் அது எதிரிகள் வாளால் குத்தியதைவிட ஆழமான பாதிப்பை ஏற்படுத்தும் என்பதே அதற்கு அர்த்தம்.

செனட்டிற்குச் செல்லும்போது மனைவியும் மற்றவர்களும் சொன்னபோதும் ஜூலியஸ் ஸீஸர் செவிசாய்க்காததற்குக் காரணம் புரூட்டஸை அவர் முழுவதுமாக நம்பியதால்தான். மகனைப்போல நேசித்தவன் தனக்கு எதிராக சதி நாடகம் நடந்தேற ஒருபோதும் உதவி செய்யமாட்டான் என்பதே அவரது ஆழமான நம்பிக்கை. புரூட்டஸ் போன்றவர்கள் இன்று அதிகமாகி வருவதுதான் சமூகம் சந்திக்கும் சாபமாக இருந்து வருகிறது.

3
நன்றி மறப்பவர் பலர்

துரோகத்தில் பலவிதங்கள் உண்டு. நன்றி மறப்பது ஒருவகை என்றால், நம்பி வந்தவர்களையே காட்டிக் கொடுப்பது இன்னொரு வகை. அடைக்கலம் தேடி வந்தவர்களையே படைக்கலம் கொண்டு, அவர்களை வேட்டையாடப் பாய்ந்து வருபவர்களிடம் ஒப்படைத்து அவர்கள் அடியை வருடுவது உச்சபட்ச துரோகம். துரோகங்களைக்கொண்டே சாம்ராஜ்யங்களை விரிவுபடுத்தியவர்கள் உண்டு. ஏமாற்று வதையே கொள்கையாகக்கொண்டு வெண்கொற்றக் குடைக்குள் குளிர் காய்ந்தவர்கள் உண்டு.

மேற்கத்திய கதை ஒன்று உண்டு...

குழிமுயல் ஒன்றை கூரிய நகங்கள் கொண்ட முரட்டுக்கழுகு துரத்தியது. அப்பாவி முயலோ அங்குமிங்கும் ஓடி, ஒளிய இடமின்றி வண்டு ஒன்று

இருக்கும் பொந்தில் நுழைந்தது. தன்னை நாடி அடைக்கலம் தேடி வந்திருக்கும் குழிமுயலை விருந்தினராகப் பாவித்து ஒளிய இடம் தந்தது அந்த வண்டு. அப்படியும் விடாமல் அதைத் தூக்கியே தீருவேன் என்று பிடிவாதத்துடன் கழுகு பொந்துக்குள் கால்விட்டது. அப்போது அந்த வண்டு ''ஜுபிடர் தேவனின் மீது ஆணையாக நான் அடைக்கலம் தந்திருக்கும் இந்த முயலை நீ ஒன்றும் செய்யக்கூடாது. மீறினால் தேவாதி தேவனின் சாபத்திற்கு ஆளாவாய்'' என்று கூறியது. ஆனால் அதை அசட்டை செய்த அந்தக் கழுகு முயலைத் தன் முரட்டுக்கால்களின் நகங்களால் குத்திக் குதறி எடுத்துச் சென்றது. அடைக்கலம் தேடிவந்த முயலின் உயிர் கண் முன்னாலேயே கபளீகரம் செய்யப்படுவதை அந்த வண்டால் பொறுத்துக்கொள்ள முடியவில்லை. அதன் மனம் 'கையாலாகாமல் போய்விட்டதே' என்கிற காயத்தால் ரணப்பட்டு குருதி வடிந்தது.

அந்த வண்டு தன்னை நம்பி வந்த முயலின் முடிவு குறித்து ஆறுதல் அடையமுடியாமல் அவதிப்பட்டது. அந்தக் கழுகு கூடு கட்டும் மரங்களிலெல்லாம் அது இரைதேடிப்போகும் நேரத்தில் அதன் முட்டைகளை கீழே தள்ளி உடைத்தது. திரும்பி வந்த பருந்து முட்டைகள் இல்லாத கூட்டைப் பார்த்து ஏமாற்றம் அடைந்து உயரமான கிளைகளில் கூட்டைக் கட்டியது. அப்போதும் அந்த வண்டு விடாமல் ஏறி முட்டைகளை சேதப் படுத்தியது. நொந்துபோன கழுகு விண்வெளியில் பறந்து ஜுபிடரின் வசம் சென்று மன்றாடி அவன் மேலங்கியில் முட்டை களையிட்டு பார்த்துக்கொள்ளும்படி சொன்னது. இதை அறிந்த வண்டு சாணத்தைத் திரட்டி கால் இடுக்கில் வைத்துக் கொண்டு, பறந்துசென்று ஜுபிடரின் அங்கியில் அந்த அழுக்கைப் போட்டது. அங்கியை விரித்துப்பிடித்திருந்த ஜுபிடர் அழுக்கு வந்து விழுந்ததும், அசூயையால் அங்கியை உதற மறுபடியும் முட்டைகள் தரையில் முட்டி உடைந்தன. அப்போது ஜுபிடர் வண்டைப் பார்த்து ''ஏன் இவ்வாறு பருந்து பறந்து பறந்து முட்டையிட்டாலும் அவற்றை வீணடிக்கிறாய்?'' என்று கோபமாய்க் கேட்டது. அதற்கு அந்த வண்டு நடந்த விவரங் களைச்சொல்லி ''என்னை நம்பி அடைக்கலம் கேட்டுவந்த முயலின் உயிரை முடித்ததால் மட்டுமே எனக்கு வல்லூறின் மீது வன்மம்" என்று விளக்கம் சொன்னது. அதற்குப்பிறகு வண்டுகள் உற்பத்தியாகாத பருவத்தில்தான் கழுகுகள் முட்டையிட்டுக் கொள்ளலாம் என்று தேவாதிதேவன்

சமரசம் செய்து வைத்ததாக அந்தக் கதை.

வாயற்ற ஜென்மங்கள்கூட அடைக்கலம் தேடி வந்தவற்றை அடைகாக்கவே ஆசைப்படுகின்றன என்பதற்கு இக்கதை ஓர் எடுத்துக்காட்டு. ஒருமுறை கூட்டத்திலிருந்து பிரிந்து வந்த பால் மறக்காத பூங்குட்டியாய் இருந்த மான்குட்டியை பெண்சிங்கம் ஒன்று பார்க்கிறது. அந்த மான்குட்டி பெண்சிங்கத்திடம் ஓடி பால்குடிக்க முயற்சி செய்கிறது. அதன் பரிதாப நிலையைப் பார்த்த சிங்கம் மூன்று நாட்கள் அந்தக் குட்டியை வேறு மிருகம் வேட்டையாடாமல் தாயைப்போல் கவனித்துக்கொள்கிறது. எதையும் சாப்பிடாமல் குட்டியைக் கண்காணித்து வந்த அந்தச் சிங்கம் ஒருகட்டத்தில் களைப்படைந்து படுத்துவிடுகிறது. அந்நேரத்தில் அவ்வழியாக வந்த ஆண்சிங்கம் அந்தக் குட்டியை கவ்விக்கொண்டு சென்றுவிடுகிறது. அந்தப் பெண்சிங்கம் இரத்தம் வழிந்த இடத்தை சோகத்துடன் மோப்பம் பிடித்து தளர்வுறுகிறது. இந்தக் காட்சியை அனிமல் பிளானெட் தொலைக் காட்சி ஒளிபரப்பியது. மாமிசப்பட்சிகள் கூட அடைக்கலம் என்று வந்துவிட்டால் இயல்பை மீறி தாய்மை உணர்வை வெளிப் படுத்தும் என்பதற்கு இந்நிகழ்ச்சியே சாட்சி, மிகப்பெரிய அத்தாட்சி.

மனிதர்கள் நடைபயிலும்போது பலவீனமான நாயை பெரியநாய் ஒன்று துரத்தி வந்தால் அது அவர்கள் காலடியில் ஒளியும். அப்போது அதற்கு ஏதும் இம்சை ஏற்படாதவண்ணம் துரத்தி வருகிற நாயை விரட்டிவிடுவதுதான் மனிதாபிமானம். ஆனால் வரலாற்றில் அடைக்கலம் தேடிவந்தவர்களையே பிடித்துக் கொடுத்த துரோகச்சம்பவங்கள் உண்டு. அதிலும் தன்னுயிரைக் காத்தவரையே அவர் எதிரியிடம் ஒப்படைத்து பெருமைதேடிக் கொண்ட கயவர்களும் உண்டு. அப்படியொரு சம்பவம்தான் ஷாஜஹானின் மகன் தாராவின் வாழ்க்கையில் நடந்தது. அறிவிலும், விசால உள்ளத்திலும், படிப்பிலும், பெருந்தன்மை யிலும் இமயமாய் இருந்த தாரா துரோகத்தால் வீழ்ந்த சோகக்கதை அது.

ஷாஜஹானுக்கு நான்கு மகன்கள். புதல்வர்களில் முதல்வர் தாரா. மூரத், ஔரங்கசீப், ஷூஜா, மற்ற மூவர். தாரா தாராள மனம் படைத்தவர். இந்து இதிகாசங்களையும் நேசித்தவர். உபநிடதங் களில் உருகி, பாரசீகத்தில் அவற்றை மொழி பெயர்த்தவர். அதனாலேயே அவர் மீது ஔரங்கசீப்புக்கு ஆத்திரம். அவரோ

களில் உருகி, பாரசீகத்தில் அவற்றை மொழி பெயர்த்தவர். அதனாலேயே அவர் மீது ஔரங்கசீப்புக்கு ஆத்திரம். அவரோ ஷாஜஹானின் அன்புக்குப் பாத்திரம். ஷாஜஹானை எதிர்த்து மற்ற மூவரும் கிளர்ச்சி செய்ய அவர்களை அடக்கும் பொறுப்பு தாராவிடம் ஒப்படைக்கப்பட்டது. வங்காளத்தின் வைஸ்ராயாக இருந்த ஷூஜா ஆக்ராவை நோக்கி ஆக்கிரமிப்பு செய்ய வருவதை அறிந்த தாரா, ஷாஜஹானிடம் அனுமதி கேட்டுவிட்டு, தன் முதல் மகன் சுலைமான் ஷூகோவை படையுடன் அனுப்பினார். ஷாஜஹானுக்குப் பேரன்களிலேயே பிடித்தமானவன் சுலைமான். நெடுநெடுவென ஆறடி உயரம், பளபளக்கும் தேகம், கண்களில் ஒளி, முகத்தில் தேஜஸ், உடலில் வலிமை, உள்ளத்தில் உறுதி, செயலில் புயல், சிந்தனையில் தீரம், விரைவதில் புரவி, வீரியத்தில் புலி. சுலைமான் படையை எதிர்கொள்ள இயலாமல் ஷூஜா தப்பித்து ஓடினார். அவன் உயிரை உடலிலிருந்து உருவிவிட வேண்டுமென்று உருவிய வாளோடு அவனை துரத்தினான் சுலைமான். ஷாஜஹானுக்கோ புத்திர பாசம். மகன் மரணமடையக் கூடாது என்று விருப்பம். எனவே தளபதியாகச் சென்ற ஜெய்சிங் சிங்கின் சம்மதத்துடன் ஷூஜா தப்பித்துச் சென்றதால் அவனைத் துரத்தும் வேகத்தில் சுலைமான் வெகுதூரம் செல்ல நேரிடுகிறது. ஒரு கட்டத்தில் ஔரங்கசீப்பை எதிர்க்க தாரா சுலைமானுக்கு அழைப்பு விடுத்தபோது அவனால் விரைய முடியவில்லை.

ஜெய்சிங்கும், திலிர்கானும் ஔரங்கசீப்பின் அழைப்பை ஏற்று அவனோடு ஐக்கியமாகிவிடுகிறார்கள். தாராவோ தனித்து விடப் பட்டு தப்பிக்க வேண்டிய சூழ்நிலை. அப்போது ஆப்கானிஸ் தானத்தின் தளபதியாக இருந்த மாலிக் ஜீவனிடம் சிலநாள் தங்கலாம் என்று அவர் முடிவுசெய்கிறார். அவன் தனக்கு நிச்சயம் உதவுவான் என்று தாரா திடமாக நம்பினார். அதற்குக் காரணம் உண்டு.

மாலிக் ஜீவன் இரும்புச் சங்கிலிகளால் பிணைக்கப்பட்டு, குற்றப்பத்திரிகை வாசிக்கப்பட்டு பேரரசர் ஷாஜஹான் முன்பு கூனிக்குறுகி நின்றபோது கோபத்தின் உச்சிக்குச் சென்ற மன்னர் ‘‘நாட்டுக்கு எதிராக கெடுதல் விளைவித்த இந்த தீய ஜமீன்தார் யானையின் கால்களால் இடறி மரண தண்டனையை அனுபவிக்க வேண்டும்” என்று ஆணையிடுகிறார். ஷாஜஹானின் ஆணைகள் மரத்தில் அடிக்கப்பட்ட இரும்பு ஆணியைப்போல இறங்கிய

போது அவனை விடுவிக்க வந்தார் தாரா. பலவற்றில் தன்னை ஒத்திருந்த தாராவின் மீது ஷாஜஹானுக்கு அளவுகடந்த அன்பு. அவன் அறிவு ஜீவிதத்தின்மீது மரியாதை. அதனால் அவனை விடுவிக்கும்படி தாரா கேட்டதும், வேறு வழியின்றி அரை மனத்தோடு சம்மதிக்கிறார். ''என்னைக் காப்பாற்றிய உங்களுக்குத் தான் என் உயிர் சொந்தம்'' என்று மாலிக் ஜீவன் மன்றாடிச் செல்கிறான்.

அந்தப் பழைய நினைவுகளின் காரணமாக அவனை நம்பி அடைக்கலம் புகலாம் என்று தாரா நினைக்கிறார். தாராவுடன் இருந்த அவர் குடும்பப் பெண்கள் வேண்டாம் என்று கெஞ்சு கிறார்கள். ஆனால் அவர்கள் பேச்சை தாரா கேட்கவில்லை. தாரா தாதருக்குச் சென்றபோது கோட்டைக்கு மூன்றுகிலோ மீட்டர் தொலைவில் காத்திருந்து அவரை மாலிக்ஜீவன் அழைத்துச் செல்கிறான். மூன்று நாட்கள் அங்கே அவர் ஓய்வெடுக்கிறார். தாராவை அவனே வழியனுப்பி வைக்கிறான். கோட்டையிலிருந்து வெளியே வந்ததும் அவனே முற்றுகையிட்டு தப்பிச் செல்லும் தாராவின் படையைச் சரணடையச் செய்கிறான். தாராவையும், அவன் மகன் சிஃபிரையும் இரண்டு மகள்களையும் தன்னுடைய கோட்டைக்கு அழைத்துச் செல்கிறான். அவர்கள் பிடிபட்ட செய்தியை ஜெய்சிங், பகதூர்கான் ஆகிய இருவரிடமும் தெரிவிக்கிறான். பகதூர்கான் படையோடு வந்து தாராவையும் சிஃபிரையும் டெல்லிக்கு கூட்டிச் செல்கிறான்.

ஔரங்கசீப் அவமானப்படுத்துவதில் கை தேர்ந்தவன். தாரா வையும், சிஃபிரையும் கந்தலாடைகள் உடுத்தச் செய்து சின்ன அசிங்கமான அழுக்குப்பட்ட பெண் யானையின் மீது அமர வைத்து டெல்லியின் அகண்ட தெருக்களில் ஊர்வலமாக விடுகிறான். அவர்களுக்குப் பின்னால் ஔரங்கசீப்பின் அடிமை நாசர் பெக் உருவியவாளோடு அமர்ந்திருந்தான். சங்கிலிகளில் பிணைக்கப் பட்ட அவர்கள் தப்பியோடவோ, அவர்களை வேறுயாரேனும் மீட்க முயற்சி செய்தாலோ உடனடியாக வெட்டிச் சாய்க்க அவனுக்கு உத்தரவு.

தாராவை அத்தனை மக்களும் நேசித்தார்கள். அவரை ஒப்படைத்த தால் மாலிக் ஜீவனுக்கு ஆயிரம் குதிரைகளைக்கொண்ட படையை நிர்வகிக்கும் பதவியுயர்வு தரப்பட்டிருந்தது. அவன் அந்த சம்பவத்தைக் காண வந்தபோது கூடியிருந்த அத்தனை மக்களும்

நாட்களிலேயே ஔரங்கசீப்பால் ஒதுக்கி வைக்கப்பட்ட மாலிக் ஜீவனின் வாழ்க்கை சான்றளிக்கும்.

4

சீடனாய் ஒரு மூடன்

‘வளத்த கடா மார்பில் பாயுது’, ‘உண்ட வீட்டுக்கு ரெண்டகம் நினைக்கலாமா’, ‘தீட்டின மரத்திலேயே பதம் பார்க்கலாமா’ ‘ஊட்டின கையையே கடிப்பது போல’, ‘தானம் கொடுத்த மாட்டைப் பல்லைப் பிடித்து பார்ப்பது போல’, ‘ஏற்றிய ஏணியையே எட்டி உதைப்பது போல’, ‘எப்போதும் பிச்சை போடுகிற மூதேவியுமா போடவில்லை’ என்றெல் லாம் துரோகம் குறித்து நிறைய பழமொழிகள். விசுவாசம் குறித்து இருக்கும் பழமொழிகளைவிட துரோகம் குறித்து இருக்கும் பழமொழிகள்தான் அதிகம். ஏனென்றால் விசுவாசிகள் குறிஞ்சியைப் போலவும், துரோகிகள் நெருஞ்சியைப் போலவும் இருக்கிறார்கள்.

துரோகம் புதுப்புது பரிமாணங்களைப் புதுப்பித்துக் கொண்டு புறப்படுகிறது. எதிர்பார்க்காத திசைகளி

லிருந்து அது எகிறிப் பாய்கிறது. அதனால்தான் அதை எந்த விளக்கத்திற்குள்ளும் அடக்க முடியாது. எவ்வளவு உன்னிப்பாக இருந்தாலும் துரோகிகளின் முன்பு நாம் நிராயுதபாணியாகி விடுகிறோம்.

யாரிடமும் நம் வாழ்க்கையின் அத்தனை ரகசியங்களையும் பகிர்ந்துகொள்ள முடியாது. யார் எப்போது மாறுவார்கள் என்று சொல்ல முடியாது. பக்கத்து வயல் குடியானவனை வரப்புத் தகராறில் கொலை செய்தவன் கதையை நினைவில் வைத்துக் கொள்ள வேண்டும். 'நிலவே நீ சாட்சி' என்கிற அக்கதை 'சாட்சியில்லை' என்று நினைத்துக்கொண்டு தவறு செய்யக் கூடாது என்பதை மட்டும் உணர்த்தவில்லை. 'மனைவிகூட நமக்கு எதிராக சாட்சி சொல்லக்கூடும்' என்கிற அனுபவத்தையும் புதைத்து வைத்திருக்கிறது. நாம் எல்லா ரகசியங்களையும் அப்பட்டமாக பகிர்ந்துகொண்டால் இன்றுவரை நண்பனாக இருப்பவன் நாளை எதிரியாக மாற மாட்டான் என்பதற்கு எந்த உத்தரவாதமும் இல்லை என்பதை உணர வேண்டும்.

அந்தக் காலத்தில் அனைத்தையும் சீடர்களுக்குக் கற்றுக்கொடுத்தால் அவர்கள் நம்மையே ஒன்றும் தெரியாதவர்கள் என்று கூறிவிடு வார்கள் என்கிற அபிப்பிராயம் பரவலாக இருந்தது. தற்காப்புக் கலையைக் கற்றுத்தருகிற ஆசிரியர் ஒருவர் இருந்தார். அவரிடம் கைதேர்ந்த மாணவன் ஒருவன் வந்து சேர்ந்தான். எல்லாவற்றையும் உடனுக்குடன் கற்றுக்கொண்டான். மற்றவர்களுக்குக் கற்றுக்கொள்ள மூன்று மாதம் தேவைப்பட்ட கலையை மூன்றே நாட்களில் கற்றுக்கொள்கிற முயற்சியும், உழைப்பும் அவனிடம் இருந்தன. குருவும் எல்லா கலைகளையும் அவனுக்குக் கற்றுக்கொடுத்தார்.

கல்வி முடிந்ததும் அவன் அந்த தற்காப்புக்கலைப் பள்ளியின் வெளியே வந்து ஊர்மக்களைத் திரட்டி, ''நீங்களெல்லாம் மிகச்சிறந்த மாஸ்டர் என்று நினைத்துக்கொண்டிருக்கிறீர்களே! இவரையே என்னால் வீழ்த்திக்காட்ட முடியும்'' என்று சவால் விட்டான். தோள்தட்டினான், கொக்கரித்தான். சீடர்களுக்கோ பதற்றம். 'இப்படி ஒருவன் நடந்துகொள்வான்' என்று யாரும் எதிர்பார்க்கவில்லை.

ஊர் மக்களுக்கும் ஆர்வம். 'மகனைப்போல அனைத்தையும் கற்றுக் கொடுத்தாரே! இவரையே இவன் வீழ்த்திவிடுவானா?'

என்று சின்ன தடுமாற்றம். மாஸ்டரோ அவன் குரலை சட்டை செய்யாமல் பணியில் மூழ்கியிருந்தார். ஆனால் அவனோ மீண்டும் மீண்டும் குரல் கொடுத்தான். ''தைரியமிருந்தால் சண்டைக்கு வரட்டும். பயந்தாங்கொள்ளி குருவே!'' என்று காது கூசும் சொற்களால் உரத்து ஊளையிட்டான்.

அதற்கு மேலும் குருவால் பொறுத்துக்கொள்ள முடியவில்லை. சவாலை ஏற்று மைதானத்திற்கு வந்தார். 'குருவுக்கு தெரியும் எல்லாக் கலைகளும் அவனுக்குத் தெரியும். ஆனால் அவனோ இளைஞன், குருவோ வயதானவர். உடலின் வலிமை போட்டியைத் தீர்மானித்துவிடுமே!' என்றுதான் அனைவரும் பதற்றப்பட்டுக் கொண்டிருந்தார்கள்.

குரு முதல் அசைவிலேயே வித்தியாசமாக நகர்ந்து அவனை ஒரே அடியில் வீழ்த்தினார். அவனால் எழுந்திருக்க முடியவில்லை. ஊர் மக்கள் எல்லோரும் கைதட்டி ஆரவாரம் செய்தனர். அவமானத்தில் புழுபோல நெளிந்த அவன் தட்டித்தடுமாறி அமர்ந்தபோது குரு சொன்னார், ''பார்க்கிறபோதே சீடனைப்பற்றி எங்களைப் போன்றவர்களால் எடைபோட முடியும், உனக்கு நான் அறிந்த சில கலைகளை அதனால்தான் சொல்லிக் கொடுக்கவில்லை'' என்று அவன் முகத்தில் உமிழ்ந்து துரத்தினார்.

சீடர்கள் முழுமையாக அறிந்தால் துஷ்பிரயோகம் செய்துவிடுவார்களோ என்கிற அச்சத்தில்தான் இந்திய மருத்துவமுறைகள் முழுமையும் அடுத்த தலைமுறைகளை அடையாமல் போய் விட்டன. குறுகிய உள்ளம் படைத்தவர்கள் கையில் அரிய மருத்துவமுறைகள் அகப்பட்டுவிட்டால் அவை குணப்படுத்துவதைவிட ரணப்படுத்துவதற்கு அதிகம் உபயோகப்படுத்தப்பட்டு விடும் என்கிற அச்சமும் அதற்குக் காரணம்.

உலகத்தில் காட்டிக்கொடுத்ததன் அடையாளமாகத் 'துரோகம்' என்கிற சொல்லுக்கு அருஞ்சொற்பொருளாக விளங்கும் பெயர் 'யூதாஸ்'. ஒரு முத்தத்தால் உயிர் போகும் என்பதற்கு புனைவியலில் நார்ஸிஸஸ் சான்று. அவன் தன்னுடைய உருவத்தையே தண்ணீரில் பார்த்து சுய அழகில் மயங்கி நீரை முத்தமிட்டு நீந்தமுடியாமல் மூழ்கி நீத்தான் உயிரை. ஆண்டவரின் மகனை முத்தத்தால் காட்டிக் கொடுத்தான் யூதாஸ். முப்பதே வெள்ளி நாணயங்

அந்த மகத்தான இறைமகனை எதிரிகளிடம் அடையாளம் காட்டினான்.

பாஸ்கா என்னும் புளிப்பற்ற அப்ப விழா நெருங்கி வந்தது. தலைமை குருக்களும், மறைநூல் அறிஞரும் இயேசுபிரானைக் கொல்ல வழிதேடிக்கொண்டிருந்தனர். ஆனால் மக்களிடையே அவருக்கு இருந்த செல்வாக்கையும், அவர் சொல்வாக்கையும் நினைத்து அஞ்சினர். யூதாஸ் அவர்களிடம் சென்று இயேசுவைக் காட்டிக்கொடுப்பது பற்றி கலந்து பேசினான். அவர்களுக்கோ அளவற்ற மகிழ்ச்சி. அவனுக்குப் பணம் கொடுக்க உடன் பட்டார்கள். அவனும் சம்மதித்தான். மக்கள் கூட்டம் இல்லாத போது அவர்களிடம் அவரைக் காட்டிக்கொடுப்பதற்கு வாய்ப்புத் தேடினான்.

இயேசு திருத்தூதரோடு பந்தியில் அமர்ந்தார். அவர் அப்பத்தை எடுத்து கடவுளுக்கு நன்றி செலுத்தி அதைப் பிட்டு அவர்களுக்குக் கொடுத்து, "இது உங்களுக்காகக் கொடுக்கப்படும் எனது உடல், எனது நினைவாக இவ்வாறு செய்யுங்கள்" என்றார். பின்பு அவர் கிண்ணத்தை எடுத்து, "இந்தக் கிண்ணம் உங்களுக்காகச் சிந்தப் படுகிற என் இரத்தத்தால் நிலைப்படுத்தப்படும் புதிய உடன்படிக்கை" என்று சொன்னார்.

அவரே, "என்னைக் காட்டிக்கொடுப்பவன் இதோ என்னோடு பந்தியில் அமர்ந்திருக்கிறான்" என்று சொன்னார். அப்போது அவர்கள், "நம்மில் இச்செயலைச் செய்யப்போகிறவர் யார்?" என்று தங்களுக்குள்ளே கேட்கத் தொடங்கினார்கள் அப்போது அவர்களில் ஒருவரான பேதுரு (பீட்டர்)," ஆண்டவரே உம்மோடு சிறையிடப் படுவதற்கும், ஏன் சாவதற்கும் நான் ஆயத்தமாய் உள்ளேன்" என்றார். ஆனால் இயேசுவோ தலையசைத்து, "இன்றிரவு என்னைத் தெரியாது என மும்முறை நீ மறுதலிக்கும் முன் சேவல் கூவாது" என்றார்.

இயேசு தொடர்ந்து பேசிக்கொண்டிருந்தார். மக்கள் கூட்டமாய் வந்தனர். பன்னிருவருள் ஒருவரான யூதாஸ் அவர்களுக்கு முன் வந்து அவரை முத்தமிட நெருங்கினான். இயேசு அவனிடம், "முத்தமிட்டா மானிட மகனை காட்டிக்கொடுக்கப்போகிறாய்?" என்றார். அவர்களில் ஒருவர் தலைமைக்குருவின் பணியாளரைத் தாக்கி அவருடைய வலக்காதைத் துண்டித்தார். இயேசு அவர் களைப்

பார்த்து ''விடுங்கள்! போதும்'' என்று கூறி அவருடைய காதைத் தொட்டு நலமாக்கினார். இயேசு அவர்களிடம் ''ஒரு கள்வனைப் பிடிக்க வருவதுபோல் ஏன் வருகிறீர்கள்?'' என்று கேட்டார். ஆனால் அவர்கள் இயேசுவை கைது செய்து இழுத்துச் சென்றார்கள். பேதுரு ஆண்டவர் கூறியதைப் போலவே மூன்று முறை அவரைத் தெரியாது என்று மறுதலித்தார்.

நீதிபதியாக நின்றிருந்த பிலாத்து எந்த குற்றத்தையும் இயேசுவிடம் காணவில்லை. விழாவின்போது ஒரு கைதியை விடுவிக்க வேண்டிய கட்டாயம் பிலாத்துவுக்கு இருந்தது. ஆனால் திரண்டிருந்த மக்களோ இயேசுவை விடுவிக்க விழையாமல் கொலை செய்ததற்காகச் சிறையிலிடப்பட்ட பரபாவை விடுதலை செய்யவே கூறினர். மக்கள் எல்லா நன்மைகளையும் நொடியில் மறந்து விடுவார்கள் என்பதற்கு இயேசுபிரான் சிலுவையில் அறையப்பட்டதே சான்று. இன்றும் தேசத்திற்காகவும், மக்களுக் காகவும், சமூகத்திற்காகவும் தங்களையும், தங்கள் குடும்பங் களையும் அர்ப்பணித்தவர்களை சிந்தித்துப் பார்ப்பதற்கு பெரும் பாலானோர் தயாராக இல்லை. நினைத்துப் பார்ப்பவர்களும் அவர்களை பொதுஅறிவு வினாவிடைக்காக மனப்பாடம் செய்பவர்கள்தான். மனப்பாடத்திற்கும், மனத்திற்கும் தொடர் பில்லை என்பதைத்தான் நாம் பெறுகிற மதிப்பெண்கள் எப்போதும் பறைசாற்றி வருகின்றன.

வெறும் முப்பது வெள்ளிக்காசுகளுக்காக அன்பின் உருவமாகவும், அகிம்சையின் வடிவமாகவும் திகழ்ந்த இயேசுபிரானை அவருடனேயே இருந்து அவரை நன்கு அறிந்த யூதாஸ் காட்டிக் கொடுத்தான் என்பதுதான் கயமைத்தனத்தின் உச்சம். ஆனால் அவன் அதற்குப் பிறகு மகிழ்ச்சியாக இருக்க முடியவில்லை. கையூட்டாகப் பெற்ற பணத்தை கையாள முடியவில்லை. குற்ற உணர்வு அவனைக் குத்தியது. பணத்தைப் பெற்றவர்களிடமே திரும்ப கொடுத்துவிட்டு தூக்கில் தொங்கி உயிரை விட்டான். அவன் மரணத்தைப் பற்றி பல கருத்துகள் இருந்தாலும் அவனாக உயிரை விட்டது ஒருமித்த செய்தியாக ஒலிக்கப்படுகிறது.

யூதாஸ் காட்டிக் கொடுத்ததற்குப் பல காரணங்கள் கூறப்படுகின்றன. இயேசு இஸ்ரேலின் ரோமானிய ஆட்சியை முறியடிக்க வல்லவர் என்று அவன் கருதினான். ஆனால் அவரோ மக்கள் செல்வாக்கை அதற்காகப் பயன்படுத்தாமல் அவர்கள் மனமாற்றத்திற்காகப்

பயன்படுத்தி வந்தது அவனுக்கு ஏமாற்றத்தைத் தந்தது. அதனால் அவன் அவரைக் காட்டிக்கொடுத்தான் என்பவர் உண்டு. ஜான் எழுதிய ஏற்பாட்டில் அவனுக்குப் பணமே பலவீனமாக இருந்தது எனக் குறிப்பிடுகிறார். முப்பது வெள்ளி நாணயங்கள் என்று அந்தத் தொகையை மேத்யூ குறிப்பிடுகிறார். யூதாஸ் சுயமாகச் செய்யவில்லை, அவன் உள்ளத்திற்குள் சாத்தான் புகுந்து அவ்வாறு செய்ய வைத்தார் என்று லூக் குறிப்பிடுகிறார்.

இயேசுபிரானுக்கு அவன் துரோகம் செய்வான் என்பது தெரிந்தே இருந்தது. புனிதநூல் குறிப்பிடும் விதியை நிறைவேற்ற அது நடந்தே தீரும் என்று எண்ணினார் என்றும் குறிப்பிடுவார்கள்.

இதுபோன்ற சம்பவங்கள் புத்தரின் வாழ்க்கையிலும் நடந்திருக் கிறது. அவருடன் வளர்ந்த அவர் உறவினன் தேவதத்தன். தொடக்கத்திலிருந்தே புத்தரைக் கொலை செய்யவேண்டு மென்பதே அவன் அவா. அதில் அவன் ஒவ்வொரு முறையும் தோற்றுப்போகிறான். புத்தர் நிர்வாணம் அடைந்ததும் அவனும் அவருடைய சங்கத்தில் இணைந்து கொள்கிறான். பிறகு அந்தச் சங்கத்திற்கு அவனே தலைவனாக வேண்டுமென்று விரும்பு கிறான். புத்தரிடம் சென்று, ''நீங்கள் ஓய்வுபெறுங்கள்; நான் சங்கத்தை நடத்துகிறேன்" என்று வாதிடுகிறான். ஆனால் புத்தரோ அவன் கையில் கிடைத்தால் சங்கம் அங்கம் அங்கமாகப் பிய்ந்து விடும் என்று எண்ணி, ''நான் சாரிபுத்தாவிடம் கூட சங்கத்தை ஒப்படைக்க விரும்பவில்லை" என்று குறிப்பிட்டார். தேவதத்தன் இளவரசன் அஜாதசத்ருவை அணுகி, 'நீ உன் தந்தை பிம்பிசாரரை கொன்றுவிடு, அவருடைய ஆதரவில்தான் புத்தர் பாதுகாப்பாக இருக்கிறார், நீ அவரைக் கொல்லும்போதுநான் புத்தரைக் கொன்று விடுகிறேன்' என்று அறிவுறுத்துகிறான். ஆனால் இத்திட்டம் தெரிந்த பிம்பிசாரர் அரசாட்சியை மகனிடம் ஒப்படைத்து விடுகிறார்.

அஜாதசத்ரு தேவதத்தனுக்கு புத்தரைக் கொல்ல கூலிப்படைகளை அனுப்புகிறான். ஆனால் புத்தரைப் பார்த்த நொடியிலேயே அவர்கள் மனம் மாறி அவருடைய பாதங்களைப் பற்றி விடுகிறார்கள். அப்போதும் தேவதத்தன் திருந்தவில்லை. அவர் மீது ஒரு பாறையை வீசி மலையடிவாரத்தில் அவர் செல்லும்போது அவரை மாய்க்க எண்ணுகிறான். அதுவும் முடியவில்லை. பிறகு நாளாகிரி என்கிற யானைக்கு மதுவைக் கொடுத்து புத்தரின் மீது ஏவி விடுகிறான்.

ஆனால் அவருடைய கருணைமயமான முகத்தைக்கண்டு அவர் முன்பு அது மண்டியிடுகிறது. ஐநூறு இளம் துறவிகளை அழைத்துக் கொண்டு புதிய இயக்கத்தை உருவாக்க அவன் பிரிந்து செல்கிறான்.

அருகிலிருந்தே தூற்றுவது மகாவீரர் வாழ்விலும் நடந்தது. அவரிடமிருந்த கோசலா என்கிற சீடன் பிரிந்து சென்று அவரைப் பற்றியே அவதூறு பரப்பினான். அவர் மீது அக்னி ஜுவாலையை அனுப்பி கொல்ல முயற்சி செய்கிறான். ஆனால் அவன் ஆறு மாதத்தில் இறந்து போனான். மகாவீரருக்கு எதுவும் தெரியாது என்று சொல்லவும் துணிந்தவன் அவன்.

வரலாற்றில் மகான்களுக்கும், இறைதூதர்களுக்கும் அருகில்கூட துரோகிகள் எப்போதும் இருந்திருக்கிறார்கள் என்கிற செய்தி நம்மை தொய்வடையச் செய்வதற்காக அல்ல, இன்னும் நாம் கூடுதலான எச்சரிக்கையாய் நடந்துகொள்வதற்காகவே.

5
வேலி மேய்ந்த வயல்கள்

'வேலியே பயிரை மேய்வது போல' என்கிற பழமொழி புழக்கத்தில் இருக்கிறது. வேலிகள் பயிரை மட்டும் மேயாமல் விதைத்தவனையும் மேய்ந்துவிடும் சம்பவங்கள் நடந்துகொண்டுதான் இருக்கின்றன. பாதுகாக்க வேண்டியவனே பறித்துக் கொள்வதும், காப்பாற்ற வேண்டியவனே கையாடு வதும், காக்க வேண்டியவனே களவாடுவதும் நிறைந்ததுதான் உலகம். அவர்களை எதிர்கொள்வது தான் வாழ்க்கை. கைக்குள் கத்தி வைத்திருப்பவனைக் கண்டுபிடித்துவிடலாம். புன்னகைக்குள் பிச்சுவாவை வைத்திருப்பவனை அடையாளம் காண்பதுதான் கடினம். அதில் எவ்வளவு தந்திரம் வாய்ந்தவர்களும் ஏமாந்துபோய் விடுவார்கள்.

மெய்க்காப்பாளர்களே உயிரைப்போக்கிய சம்ப வங்கள் ஏராளம். பணத்திற்காகவும், அற்ப சுகத்திற்

காகவும், மூளை சலவை செய்யப்பட்டு மழுங்கிப்போன காரணத்தினாலும் உடனிருப்பவர்களே உயிரைக்குடித்த துரோகங்கள் வரலாறு முழுவதும் தடம் பதித்திருக்கின்றன.

மெய்க்காப்பாளனையே கொலைசெய்யத் தூண்டிய சரித்திரச் சம்பவம் ஒன்று உண்டு. அது வினோதமானது. விசித்திரமானதும் கூட...

லிடியாவை ஆண்ட காண்டிலிஸஸ் என்கின்ற மன்னன் தன் மனைவியின் அழகில் அபார பெருமை கொண்டிருந்தான்.

ஒருமுறை மெய்க்காப்பாளனிடம் அவளுடைய அழகைப் பற்றி விவரித்து அவளைப் போன்ற சிவப்பான பெண் உலகத்திலேயே இல்லை என்று பெருமையடிக்கிறான். ஆடையற்ற அவளுடைய உடலை கைகஸ் என்கின்ற அந்த மெய்க்காப்பாளனைக் காணுமாறு வற்புறுத்துகிறான்.

மன்னனின் கட்டளைக்குக் கீழ்ப்படிந்து கைகஸ் மறைந்திருந்து பார்க்கிறான்.

உண்மை தெரிந்த அரசி அடுத்த நாள் மெய்க்காப்பாளனை அழைத்து, ‘‘நீ தர்மத்தை மீறி என் உடலைப் பார்த்துவிட்டாய். ஒன்று நீ மடிய வேண்டும். அல்லது, என் கணவனைக் கொன்று நீ அரசனாக வேண்டும்’’ என்று ஆணையிடுகிறாள்.

உயிரின் மீது இருந்த ஆசையால் கைகஸ் மன்னனைத் தந்திரமாகக் குத்திக் கொன்றுவிட்டு மன்னன் ஆகிறான்.

வீண் பெருமை பேசியதால் காண்டிலிஸஸ் தன்னைப் பாதுகாக்க வேண்டிய மெய்க்காப்பாளனிடமே தன் உயிரைப் பறிகொடுக்கிறான்.

ரோமாபுரி சாம்ராஜ்யமாக விரிந்தபோது அதை ஆண்ட பல சக்கரவர்த்திகள் மெய்க்காப்பாளர்களால் கொல்லப்பட்டு இருக்கிறார்கள். கேலிகுவா, டொமிசியன், பால்பினஸ், அரிலியன் போன்ற அரசர்கள் அவர்கள் காவலர்க்ளாலேயே எதிர்பாராத வண்ணம் தாக்கப்பட்டு உயிரிழந்திருக்கிறார்கள்.

மார்க்கஸ் அரிலஸ் என்னும் மேதைக்கு மகனாகப் பிறந்த கம்மோடஸ் தத்துவஞானியான தந்தைக்குத் தப்பிப் பிறந்தவன்.

பரந்த விளையாட்டு மைதானத்தில் கிளாடியேட்டர்களோடு பொழுதுபோக்குவதில்தான் அவனுக்கு ஆர்வம் இருந்தது. தன்னைக் கடவுளின் பிரதிநிதியாக நினைத்தவன். நாடு முழுவதும் ஹெர்குலஸைப்போல சித்தரிக்கும் சிலைகளைச் செய்து அவற்றைப் பார்த்து மகிழ்ந்தான். அவனை வலிமையின் உருவமாய் உருவகப்படுத்திக்கொண்டான். உண்மையில் பயந் தாங்கொள்ளி. அவன் மைதானத்தில் கிளாடியேட்டர் போல உடையணிந்துகொண்டு சண்டைபோட வருவதை செனட் உறுப்பினர்கள் ஒருபோதும் விரும்பவில்லை. அவனிடம் தோற்பவர்களைக் கொல்ல மாட்டான். பயிற்சி செய்யும்போது அவனைவிட வலிமையானவர்களை கொன்றுவிடுவான். கம்மோடஸ் ராணுவத்தில் இருந்தவர்களுடைய வெறுப்பை சம்பாதித்தான். காயம்பட்ட சிப்பாய்களையும், கால்களை இழந்த ராணுவ வீரர்களையும் மைதானத்தின் நடுவில் வைத்து அவர்களை தன் வாளால் வெட்டிக்கொல்வான். விபத்தினாலோ, வியாதியினாலோ கால்களை இழந்த ரோமாபுரி மக்கள் மைதானத்திற்கு இழுத்துவரப்பட்டு அவர்களை கதையால் கொன்று தள்ளுவான். கட்டப்பட்ட நூறு சிங்கங்களுக்கு மேல் ஒரே நாளில் கத்தியைச் சுழற்றி கொன்றவன் அவன்.

கம்மோடஸ் வெறித்தனமாக நடந்துகொள்வதை உணர்ந்த லேட்டஸ் என்கிற செனட் உறுப்பினர் மார்ஸியா என்கிற அவன் காதலியோடு சதித்திட்டம் ஒன்றைத் தீட்டினான். மார்ஸியா அவனது உணவில் விஷம் வைத்தாள். கம்மோடஸ் நஞ்சை வாந்தி எடுத்துவிட்டான். எனவே சதிகாரர்கள் அவனுடன் குத்துச்சண்டை போடும் மல்யுத்த வீரன் நார்ஸிஸஸ் என்பவனை கழுத்தை நெரித்துக் கொல்ல அனுப்பினார்கள். அவன் குளிக்கும் போது கழுத்து நெரித்துக் கொல்லப்பட்டான். அப்போதும் அவர்களுக்கு ஆத்திரம் அடங்கவில்லை. அவனை பொது எதிரி என்று அறிவித்து கோபத்தைத் தீர்த்துக்கொண்டனர்.

நவீன சரித்திரத்திலும் நல்ல தலைவர்கள் மெய்க்காப்பாளர் களால் உயிரிழந்திருக்கிறார்கள். பாகிஸ்தான் நாட்டின் பஞ்சாப் கவர்னர் சல்மான் தஸிர் அவருடைய பாதுகாவலர்களாலேயே கொல்லப் பட்டார்.

மெய்க்காப்பாளர்களைப் பொறுத்தவரை விசுவாசத்திற்குப் பெயர் போன இந்திய நாடே இதுபோன்ற துயரச் சம்பவத்தை

சந்தித்திருப்பதுதான் வேதனையான அனுபவம். 1984 ஆம் ஆண்டு அக்டோபர் மாதம் 31 ஆம் நாள் இந்த ரத்தக்கறை படிந்த சுவடு வரலாற்றின் தொகுப்பில் இடம் பிடித்துவிட்டது. இந்தியாவின் பிரதமராக இருந்த இந்திராகாந்தி அம்மையார் ஐரிஷ் நாட்டு தொலைக் காட்சிக்கு ஆவணப்படம் ஒன்றை தயாரித்துக் கொண்டிருந்த பீட்டர் உஸ்தினோவ் என்கிற ஆங்கில நடிகருக்கு நேர்காணல் கொடுக்க சென்றுகொண்டிருந்தபோது அந்த நெஞ்சை உலுக்கும் நிகழ்வு நடந்தது.

இந்திராகாந்தி அம்மையார் சப்தர்ஜங் சாலையில் உள்ள பிரதமமந்திரி இல்லத்திலிருந்து அருகில் உள்ள அக்பர் சாலை அலுவலகத்திற்கு நடந்து சென்றபோது அவருடைய மதில் சுவரில் உள்ள சுழல் கதவை காவல் காத்துக்கொண்டிருந்த இரண்டு காவலர்களால் சுட்டுக்கொல்லப்பட்டார். ஒருவர் துணை ஆய்வாளர் பீந்த் சிங், மற்றொருவர் சத்வந்த் சிங். பீந்த் சிங் அம்மையாரின் வயிற்றின் அடிப்பகுதியில் மூன்றுமுறை கைத்துப்பாக்கியால் சுட்டான். சத்வந்த்சிங் தன் இயந்திர துப்பாக்கியால் முப்பது ரவுண்ட் சுட்டான். அம்மையார் சரிந்த பிறகு ஸ்டென் கன்னிலிருந்து சரமாரியாகச் சுட்டு அவருடைய உடலைச் சல்லடையாக்கினான்.

பீந்த் சிங் அவனுடைய ஆயுதத்தைக் கீழே போட்டுவிட்டு, "நான் செய்ய வேண்டியதைச் செய்துவிட்டேன், நீங்கள் என்ன வேண்டுமானாலும் செய்து கொள்ளுங்கள்" என்று சர்வசாதாரணமாக அதைச் சாதனைப் பதக்கமாக நெஞ்சில் அணிந்துகொண்டான். ஆறு நிமிடத்தில் இந்தோ திபெத்திய எல்லைக் காவல் படையைச் சார்ந்த இரண்டு சிப்பாய்கள் அவர்களைக் கைது செய்தனர். அவர்களைச் சுட முயன்ற பீந்த் சிங் அப்போதே கொல்லப்பட்டான். சத்வந்த் சிங்கும் அவனுக்குத் துணைபோன கேகர்சிங்கும் 1989 ஆம் ஆண்டு தூக்கிலிடப்பட்டனர்.

இதில் மிகவும் வருத்தத்திற்குரிய செய்தி, பீந்த் சிங் திருமதி காந்தியின் மிகவும் விருப்பத்திற்குரிய காவலர் என்பதும் பத்து ஆண்டுகளாக அம்மையார் அவனை நன்றாகத் தெரிந்து வைத்திருந்தார் என்பதும்தான். அம்ரிட்சரிலுள்ள தங்கக்கோயி லில் ராணுவ நடவடிக்கை எடுக்க வேண்டிய நிர்ப்பந்தம் இந்திய அரசுக்கு ஏற்பட்டபோது அதை கனத்த இதயத்தோடு மேற்கொண்ட தாக இந்திராகாந்தி அம்மையார் குறிப்பிட்டிருக்கின்றார்.

அப்போது ஆபரேஷன் ப்ளூஸ்டார் என்ற அந்த நடவடிக்கை தேசத்தையே உலுக்கியது. சீக்கிய சமூகம் அதனால் காயப்பட்ட தாகச் சொன்ன உளவுத்துறை அம்மையாரிடம் சீக்கிய காவலர்களை பாதுகாப்பிற்கு வைத்துக்கொள்வது ஆபத்து என்றுகூட ரகசியமாகச் சொன்னார்கள். ஆனால் அதை அவர் ஏற்றுக்கொள்ளவில்லை. அவ்வாறு பிரிவினை செய்து பார்க்க அவர் மனம் இடம் கொடுக்க வில்லை. ஆனால் அவருடைய மனத்தின் ஓரத்தில் எப்போது வேண்டுமானாலும் உயிரிழக்க நேரிடலாம் என்ற எண்ணம் ஆழமாகப் பதிந்திருந்தது. அவர் ஒரிஸாவில் நடந்த கடைசிக் பொதுக்கூட்டத்தில் உயிருக்கு இருக்கும் ஆபத்தை பற்றி வெளிப்படையாகவே கருத்து தெரிவித்தார்.

மிகக்கடுமையான முடிவுகளை தயக்கமில்லாமல் எடுத்து பழக்கப்பட்டவர் அவர். அதனால் அவர் அதைப்பற்றி கவலைப்பட வில்லை. புவனேஸ்வரில் 1984 ஆம் ஆண்டு அக்டோபர் 30 ஆம் நாளில் கடைசி சொற்பொழிவை நிகழ்த்தும்போது, ''நான் இன்று உயிருடன் இருக்கிறேன், நாளை நான் இல்லாமல் போகலாம், என் கடைசி மூச்சுவரை சேவை புரிவேன், நான் இறந்தால் என் ஒவ்வொரு துளி ரத்தமும் இந்தியாவை பலப்படுத்தி ஒருமித்த பாரதத்தை உருவாக்கும்'' என்று அவர் சொன்னது தீர்க்கதரிசன மாகிப் போய்விட்டது.

இந்திராகாந்தி அம்மையார் படுகொலை செய்யப்பட்டது குறித்த அரசியல் காரணங்கள் பல்வேறு விதமாக இருந்தாலும் 33 குண்டுகளால் அவர் சுடப்பட்ட துயரச் சம்பவம் நம் வரலாற்றின் ரத்தக்கறைதான். முப்பது குண்டுகள் உடலில் பாய்ந்தன, 23 உடலை துளைத்துச் சென்றன.

மெய்க்காப்பாளர்களாக இருந்த பீந்த் சிங்கும், சத்வந்த் சிங்கும் தங்கக்கோயில் சம்பவத்திற்குப் பிறகு அங்கு சென்றிருந்தனர். அங்கே விவரிக்கப்பட்ட நிகழ்வுகள் அவர்களுக்கு வன்மத்தைக் கிளப்பியது. அவர்கள் எப்படியாவது பழிதீர்க்க வேண்டுமென்று நினைத்தனர். அது அம்மையாரின் உயிரை நீக்குவதன் மூலமே நிறைவேறும் என்று எண்ணி இந்தக் காரியத்தில் அவர்கள் ஈடுபட்டார்கள். அவர்களுடைய செயல் இந்திய தேசத்தின் அத்தனை மக்களின் விழிகளிலும் கண்ணீரை வரவழைத்தது. அதற்குப் பிறகு தேவையற்ற வன்முறை நாடுமுழுவதும் நடந்தேறியது. ஆனால் ஊடகங்கள் பஞ்சாப் மாநிலத்தில்

அவற்றைப் பரப்பாமல் எச்சரிக்கையைக் கடைப்பிடித்ததால் அங்கிருந்த இந்துக்கள் பாதிக்கப்படாமல் தப்பினார்கள்.

அரேபிய ஞானக்கதை ஒன்று உண்டு...

ஒருவன் குதிரையின் மீது சவாரி செய்துகொண்டிருந்தான். வழியில் மயங்கிக்கிடந்த ஒருவனைப் பார்த்ததும் பரிதாபப்பட்டு குதிரையிலிருந்து கீழே இறங்கி அவன் முகத்தில் தண்ணீர் தெளித்தான். மயங்கிக் கிடந்தவனோ ஒரு திருடன். அவ்வாறு அவன் நடித்தான். திடீரென எழுந்து அவன் கத்தியைக் காட்டி குதிரைக்காரனிடம், "உன் குதிரையைக் கொடு, இல்லாவிட்டால் உன்னைக் கொன்றுவிடுவேன்" என்று மிரட்டினான். குதிரையின் லகானை அவனிடம் ஒப்படைத்துவிட்டு அந்தப் அப்பாவி குதிரைக்காரன் சொன்னான், "இதை என்ன செய்யப்போகிறாய்?" அதற்கு அந்தத் திருடன், "நாளை சந்தையில் விற்கப்போகிறேன்" என்றான். "அவ்வாறு விற்கும்போது இந்தக் குதிரை எப்படிக் கிடைத்தது என்று மட்டும் சொல்லிவிடாதே!" என்று அந்தக் குதிரைக்காரன் அறிவுறுத்தினான். "ஏன்?" என்று அந்தத் திருடன் கேட்டான். "நீ உண்மையிலேயே மயக்கமடைந்திருக்கிறாய் என நினைத்து உனக்கு உதவ நான் குதிரையிலிருந்து இறங்கினேன். ஆனால் நீயோ என் குதிரையைப் பறித்துக்கொண்டாய். நீ இந்தச் சம்பவத்தை சொன்னால் ஒருவர் உண்மையிலேயே வழியில் மயக்கம் அடைந்து கிடந்தாலும் யாரும் அவருக்கு உதவ மாட்டார்கள். திருடன் என்று நினைத்துக்கொண்டு தாண்டிப்போய் விடுவார்கள்" என்று அவர் குறிப்பிட்டார். நாம் துரோகத்தால் பாதிக்கப்படுகிறபோது நல்லவர்களையும் சந்தேகப்படத் தொடங்கிவிடுவதுதான் அதன் கொடூர முகமாக இருக்கிறது.

பணியைக் கேடயமாக வைத்துக்கொண்டு பழிதீர்ப்பது என்பது நாகரிகமான செயல் அல்ல. நம்மைச் சுற்றி பணிபுரிபவர்கள் நம்பகமானவர்கள், நம்மிடம் விசுவாசமாக இருப்பார்கள், நம் நிறை குறைகளைத் தெரிந்தவர்கள் ஒருபோதும் ரகசியங்களைக் கசியவிடமாட்டார்கள் என்றெல்லாம் நம்பித்தான் நாம் பணியாற்றுகிறோம். உளவுத்துறை, காவல்துறை, நிர்வாகம் போன்றவற்றில் மட்டுமில்லாமல் தனியார் துறைகளிலும் மிகுந்த நம்பகம் கொண்டவர்களாக உயரதிகாரியின் அலுவலகப் பணியாளர்கள் இருந்தால்தான் அவர்கள் சுதந்திரமாகவும், நிம்மதியுடனும் பணியாற்ற முடியும். அவர்களே தகவல்களைக்

கசியவிட்டால் அதற்குப் பரிகாரமே காணமுடியாது. யாரையும் நம்பாமல் நிர்வாகத்தை ஒருபோதும் நடத்த முடியாது. அனைவரையும் சந்தேகிப்பவர்கள், எல்லாவற்றிலும் ஐயம் கொள்பவர்கள், மனநோயாளிகளாக மாறிப்போய்விடுவார்கள். இருந்தாலும் சில நேரங்களில் சில பணிகளை யாருக்கும் தெரியாமல் நாமே செய்ய வேண்டியிருக்கிறது. இன்றுள்ள நவீன உபகரணங்களான மின்னஞ்சல் போன்றவை அவற்றை எளிமைப்படுத்தியிருக்கின்றன. ஆனால் அவற்றிலும் உள்ளே புகுந்து தகவல்களைக் கையாடுவது நடந்துகொண்டுதான் இருக்கிறது.

நம்பிக்கையைக் கைக்குட்டையாகக் கையாள வேண்டுமே தவிர கால சட்டையாக அணியமுடியாது. எனவே நம்பிக்கையை வைத்தே வாழ்ந்துவிட முடியாது. சந்தேகமும் சாப்பாட்டுடன் கலந்திருந்தால்தான் வாழ்க்கையில் சமத்தன்மை ஏற்படும் என்பது சரித்திரம் உணர்த்தும் பாடம்.

6
வளர்த்த கடா

துரோகம், செய்பவர்களின் கண்களை மட்டுமல்ல, நம்புகிறவர்களின் கண்களையும் மறைத்துவிடுகிறது. எந்தத் திசையிலிருந்து எந்த அம்பு வரும் என்பதை யாராலும் யூகிக்க முடியாது. துரோகம் செய்தவனே துரோகத்திற்குப் பலியாகிவிடுவதுதான் சரித்திரம் நம்முன் விரித்து வைக்கும் மகிழ்ச்சியான பக்கம்.

நன்றி மறப்பது துரோகத்தின் உச்சம். அடைக்கலம் கொடுத்த அராபியனையே கூடாரத்திலிருந்து விரட்டிய ஒட்டகத்தின் கதை அதனால்தான் சின்ன வயதிலேயே நமக்குச் சொல்லிக் கொடுக்கப் படுகிறது.

என்னுடைய நண்பர் ஒருவர். இரக்க மனம் படைத்தவர். சிரமப்பட்டு உயர்ந்த பதவிக்கு வந்தார். அவருக்கு உதவ யாருமில்லை. அவரே தட்டித்தடுமாறி கீழே விழுந்து, காயம்பட்டு

வழிகிற ரத்தத்தோடு முன்னேறி உச்சியைத் தொட்டவர் அவர். எனவே, அவ்வாறு வழிகாட்டுவோர் இல்லாமல் இருக்கும் இளைஞர்களுக்கு தானே சுட்டுவிரலாய் மாறி ஆலோசனை சொல்வது அவருடைய வழக்கம்.

ஒருமுறை அவர் அதிக மக்கள் தொடர்பு இல்லாத பணிக்கு மாற்றப்பட்டார். அவர் 'முந்தைய ஆட்சியில் ஆட்சியாளர்களுக்கு நெருக்கமானவர்' என்கின்ற தவறான தகவல்களை யாரோ பரப்பியதன் அடிப்படையில் அப்படிப்பட்ட பணி அவருக்குக் கிடைத்தது. அவர் அதைப் பொருட்படுத்தவில்லை. அவர் யாரிடமும் எந்தத் துண்டு சீட்டும் கொடுத்து ஆதாயம் பெற்றவரல்ல. அதே நேரத்தில் மேலே இருப்பவர்களைப் பிடித்து வாளிப்பான பதவியைப் பெற வேண்டுமென்பதில் நேர்மையாளராக இருந்த அவருக்கு நாட்டமும் இருந்ததில்லை. எனவே கிடைத்த பணியில் போய்ச் சேர்ந்தார். புகழுக்கும், பெருமைக்கும் ஆசைப்படாமல் அங்கே பணிபுரிந்துகொண்டிருந்தார்.

அப்போது ஓர் இளைஞன் அவரிடம் குடியுரிமை தேர்வு எழுதுவதற்காக ஆலோசனை கேட்டு வந்தான். அவரும் உதவினார். அவனோ அட்டையைப்போல ஒட்டிக்கொண்டான். பலவிதங்களில் ஆலோசனை சொல்வதோடு இல்லாமல், மாதிரிக் கேள்விகள் தயாரிப்பது முதல் அவனுக்கு உதவினார்.

"நீங்கள்தான் எனக்குக் கடவுள் மாதிரி" என்று அடிக்கடி அவன் அவரிடம் உணர்ச்சிவசப்படுவான். அவர் அதை எதிர்பார்க்கா விட்டாலும் சின்ன பூரிப்பு ஏற்படத்தான் செய்தது. தேர்வில் வெற்றிபெற்ற செய்தியை முதல் நாள் இரவு பகிர்ந்துகொண்டான். அடுத்தநாள் அந்த இளைஞன் தமிழ்நாட்டிலேயே முதலிடம் பெற்றதாக செய்தித்தாள்களில் பேட்டி வந்தது. நண்பரும் அதை ஆர்வமாகப் படித்தார். ஆனால் ஓரிடத்தில் கூட அவர்தான் வழிகாட்டினார் என்பது குறிப்பிடப்படவில்லை. அவன் இரவு பதினோரு மணிக்கு கேட்ட கேள்விகளுக்கெல்லாம் மெனக்கெட்டு விடையைச் சொல்லி பலமணி நேரங்கள் அவனுக்காக அவர் உழைத்திருக்கிறார். அவருக்கு மிகப்பெரிய ஏமாற்றமாகவும், அலுவலகத்தில் அவமானமாகவும் போய்விட்டது. 'இந்த ஆட்சி யில் இவர் பெயரைச் சொன்னால் நமக்கு ஆபத்துவந்துவிடும்' என்ற எச்சரிக்கை உணர்வுதான் அதற்குக் காரணம் என்பதைக் கேட்டு அவர் நொந்துபோய் விட்டார்.

இயற்கையின் விதி வேறுவிதமாக இருந்தது. தமிழ்நாட்டில் முதலிடம், தமிழ்நாட்டுக்கே ஐ.ஏ.எஸ் அதிகாரியாக வந்துவிடு வோம் என்று நினைத்த அந்த இளைஞன் உண்மையில் பெற்றது இரண்டாம் இடம். எனவே தமிழ்நாடு கேடர் கிடைக்காமல் மணிப்பூர், திரிபுரா போகவேண்டிய சூழல் ஏற்பட்டது. துரோக மும், தந்திரமும் தருவது தற்காலிக வெற்றிகள், வரலாறு அவர் களை வாழ்த்துவதே இல்லை என்பதே உண்மை.

இந்தியா அந்நியர்களுக்கு அடிமைப்பட்டது, வீரக்குறைவால் அல்ல. விசுவாசக்குறைவால் என்பதுதான் உண்மை. மாமனார் மருமகன் இடையே இருந்த மனக்கசப்பே துரோகமாக திரண்டு பிரித்திவிராஜை வீழ்த்தி அந்நிய ஆட்சிக்கு அடிகோலியது. அதற்குப் பிறகு இந்தியா அடிமைத்தளையிலிருந்து மீள முடியாமல் ஏழெட்டு நூற்றாண்டுகள் மூச்சுத் திணறியது.

கில்ஜி சாம்ராஜ்யத்தின் இரக்க குணமுள்ள மென்மையான மன்னனாக இருந்தவர் சுல்தான் ஜலாலுதீன் கில்ஜி. நல்லவர், ஆனால் வல்லவரல்ல. அடிக்கடி உணர்ச்சிவசப்படுபவர். அதிகமாய்ச் சிரிப்பதும், அடிக்கடி அழுவதும் மன்னர்களுக்கு மட்டுமல்ல, மனிதர்களுக்கும் அழகல்ல. எதுவும் எல்லையை மீறாமல் இருப்பவர்களே சிறந்தவர்களாக இருக்க முடியும்.

ஜலாலுதீன் எல்லோரையும் நம்புகிறவர். அவருடைய சகோதரரின் மகன் அலாவுதீன். சின்ன வயதிலேயே தந்தையை இழந்த அலாவுதீனை அன்புடன் வளர்த்தார் ஜலாலுதீன். மகளைத் திருமணம் செய்து கொடுத்தார். வைஸ்ராயாக ஆக்கினார்.

அலாவுதீனுக்கோ அவா அதிகம். கண்களை அவ்வப்போது மூடி சுல்தானின் ஆசனத்தில் தான் அமர்ந்தால் எப்படி இருக்கும் என்ற கற்பனையில் மிதப்பவன். அப்போதெல்லாம் அவன் உள்ளம் எங்கும் உல்லாசம். ஆனால் சாமர்த்தியமாக தன் கபடத்தை மறைத்து நன்றியின் மொத்த உருவத்தைப்போல வாலாட்டிக் கொண்டு திரிபவன் அவன். ஜலாலுதீன் அவன் வீரத்தை மெச்சி அதிகாரத்தை அளித்தார். அவனும் சூரத்துடன் போராடி பல இடங்களை சூறையாடி கிடைத்த செல்வத்தை மாமனாரின் கால்களில் மலைபோலக் குவித்தான். கொஞ்சம் கொஞ்சமாக தன்னுடைய செல்வாக்கை சாம்ராஜ்யம் முழுவதும் அலாவுதீன் வளர்த்துக்கொண்டார்.

தேவகிரிக்கு திடீரென படையெடுத்துச் சென்றான். புழுதிப் புயலைக் கிளப்பிக்கொண்டு எட்டாயிரம் குதிரைகளோடு அவன் சென்ற வேகம் தேவகிரியையே பூகம்பத்திற்குட்படுத்தியது. எதிரி நாடு 'என்ன நடக்கிறது!' என்று சுதாரித்துக்கொள்வதற்குள் அம்புகளும், வாள்களும் பாய்ந்தன. ஈட்டிகள் எதிரிப்படைகளை நிர்மூலமாக்கின. தேவகிரியின் மகுடம் மண்டியிட்டது. அத்தனை பொக்கிஷத்தோடும் யானைகள் சுமந்துவர தலைநகரை நோக்கி அலாவுதீன் புறப்பட்டான்.

வெற்றி செய்தி கேட்டதும் சுல்தானுக்கு எக்கச்சக்க பூரிப்பு. வீர மருமகனை வரவேற்கவேண்டுமென்று முடிவு செய்தார். குதியாட்டம் போட்டுக்கொண்டு வரவேற்புக்கு ஏற்பாடு செய்தார்.

ஆண்களுக்குத் தெரியாத சில சூட்சுமங்கள் பெண்களுக்குத் தெரிந்துவிடுகின்றன. சுல்தானின் மனைவி முல்லிக் ஜஹான் அவ்வளவாக மகிழவில்லை. அவள் உள்ளுணர்வு அலாவுதீன் ஆபத்தானவன் என்று உணர்த்தியது. பகுத்தறிவு பங்கப்படும் போது எழுந்து நிற்கும் உள்ளுணர்வே ஏழாம் அறிவு. அவள் கணவனிடம், "மன்னா! உங்கள் மருமகன் ஆபத்தானவன்" என்று எச்சரித்தாள்.

அமைச்சர்கள் சிலரோ அலாவுதீனைப் பற்றி எச்சரித்தார்கள். சுல்தானின் அனுமதியின்றி தெற்குநோக்கிப் படையெடுத்ததும் முறையான செயலல்ல என்று சொன்னார்கள். ஆனால் சுல்தானின் பாசம் அவர் கண்ணை மறைத்தது. நம்பிக்கை அவர் மனத்திற்கு திரையிட்டது. "அலாவுதீனை என் மார்பில் எடுத்து வளர்த்தவன் நான், அவன் ஒருபோதும் துரோகம் செய்ய மாட்டான். வீரப் படையை வரவேற்க நானே செல்லுவேன்" என்று புறப்பட்டுச் சென்றார்.

அலாவுதீனை ஆலிங்கனம் செய்ய அகன்ற கைகளோடு நெருங்கினார். அலாவுதீன் அவர் பாதங்களை தொடுவதைப்போல பாவனை செய்து தளபதிகளுக்குக் கண் ஜாடை காட்டினான். சலீம் என்பவன் சுல்தானின் முதுகில் வாளைச் செலுத்தினான். வரிசையாக வாள்வீச்சு நடந்தது. சுல்தானின் தலை முழுமையாகத் துண்டிக்கப்பட்டது. அலாவுதீன் ஆட்சியைப் பிடித்தான்.

இயற்கையின் விதி யாரையும் முழுவதுமாக விட்டுவிடுவ தில்லை. ஜலாலுதீன் முதுகில் வாளைச் செலுத்திய தளபதி சலீம் அதற்குப் பிறகு ஓராண்டுதான் உயிர் வாழ்ந்தான். தொழுநோய் பாதிப்பு, உடல் அழுகி துடித்து துடித்து செத்தான். தலையைத் துண்டித்தவனோ சித்த பிரமையில் செத்துப்போனான்.

அலாவுதீனின் அதிகாரம் அவன் தளபதி மாலிக் காஃபூர் வசம் சென்றது. ஒருகட்டத்தில் அவனை பொம்மை சுல்தானாக வைத்து எல்லா அதிகாரங்களையும் அவனே கைப்பற்றிக்கொண்டான். சுல்தானின் உடல் நலிந்தது, நோய்கள் தாக்கின, உடலில் நீர் சேர்ந்தது, ரத்தக்கொதிப்பு வந்தது, படுக்கையில் விழுந்தான் அலாவுதீன். மாலிக் காஃபூர் வஞ்சகமாக அலாவுதீனின் குடும்பமே சுல்தானைக் கொல்வதற்காக சூழ்ச்சி செய்வதாகச் சொல்லி ஒட்டுமொத்த குடும்பத்தையே சிறையில் தள்ளும் ஆணையில் கையொப்பம் பெற்றான்.

ஒருநாள் இரவு படுக்கையில் அலாவுதீன் புலம்பிக்கொண்டிருந்தான். மருந்துக் குப்பியுடன் அவனை நெருங்கிய மாலிக் காஃபூர் அதைக் குடிக்கச்சொல்லி வற்புறுத்தினான். 'மருந்து வேண்டாம்' என்று முரண்டு பிடித்து புரண்டு படுத்த கில்ஜியின் வாயில் வலுக்கட்டாய மாக குப்பியில் இருந்தவற்றை ஊற்றினான். அது மருந்தல்ல, நஞ்சு. நயவஞ்சகத்தால் ஆட்சியைப் பிடித்த அலாவுதீனின் வாழ்க்கையும் துரோகத்தால் வீழ்ந்தது.

மாலிக் காஃபூர் பொய் உயிலைத் தயாரித்துப் படித்து உமர்கான் என்கிற ஏழே வயது நிரம்பிய கடைசி மகனை இளவரசராக கில்ஜி நியமித்ததாக பொய்சொல்லி அவனுடைய காப்பாளராக தன்னை அறிமுகப்படுத்திக்கொண்டான். அலாவுதீனின் முதல் இரண்டு பிள்ளைகளின் பார்வையைப் பறிக்கச் செய்தான். மிச்சமிருந்த ஒரே ஓர் இளவரசர் முபாரக் தந்திரமாகத் தப்பித்தார். அவர் தப்பித்த கதையே சுவாரசியமானது...

முபாரக்கின் தலையைச் சீவ மாலிக் காஃபூர் ஆணை பிறப்பித்தான். சில வீரர்கள் அவன் ஆணையை நிறைவேற்ற முபாரக் தங்கியிருந்த அறை நோக்கிச் சென்றார்கள். இந்தச் செய்தியை மோப்பம் பிடித்துக் கொண்ட முபாரக் கொஞ்சம் மாற்றி யோசித்தான். கழுத்திலிருந்த நெக்லஸைக் கழற்றி அதிலிருந்த முத்துகளையும், வைரங்களையும் எடுத்து கதவுக்கு வெளியே உருட்டித் தள்ளினான். அந்த வைரங்

களைக் கண்ட சிப்பாய்கள் அவற்றை எடுக்க போட்டா போட்டி தள்ளுமுள்ளு செய்தார்கள்.

அப்போது அங்கே வந்த ஒரு மெய்க்காப்பாளன் முபாரக்கைக் கொல்ல வந்த வீரர்களிடம், "நன்றி மறந்து சுல்தானின் மகனையே கொல்கிறீர்களே, உங்களுக்கு அவமானமாக இல்லையா, மாலிக் காஃபூர் துரோகி, துரேகத்திற்குத்தானே தண்டனை தரவேண்டும்" என்று நடந்தவற்றையெல்லாம் எடுத்துச் சொன்னான். முபாரக்கை கொல்ல வந்தவர்கள் மனம் மாறினார்கள். ஆனால் உருவிய வாளை உறையில் போடவில்லை. அதோடு மாலிக் காஃபூரின் படுக்கை அறைக்குச் சென்றார்கள். கண்டந்துண்டமாக அவனை வெட்டித் தள்ளினார்கள். அலாவுதீன் இறந்த முப்பத்தைந்தாவது நாள் மாலிக் காஃபூரும் மாண்டான்.

துரோகத்தால் வெற்றி பெற்றவர்கள் துரோகத்தால் வீழ்வார்கள் என்பது ஒருபுறமிருந்தாலும் மாண்டவர்களின் உயிர் திரும்பி வருவதில்லை என்பதில் எந்த மாற்றமும் இல்லை. அதுமட்டுமின்றி துரோகிகள் ஆளுகிறபோது மக்களும், நேர்மையாளர்களும் சந்திக்கும் அவலங்களுக்குப் பிராயச் சித்தம் கிடைப்பதில்லை. போன காலம் திரும்பி வருவதேயில்லை.

மிகச் சிறந்தவர்கள் எச்சரிக்கையோடு இல்லாவிட்டால் அவர்களைப் பாராட்டுவதைப் போலவே கவிழ்த்துவிடுவதற்கு நிறையப்பேர் காத்திருக்கிறார்கள். அதனால்தான் எப்போதுமே எந்தத் திசையிலிருந்தும் நம்மை வீழ்த்துவதற்கான முயற்சிகள் நடக்கலாம் என்று அனைவரின் நடவடிக்கைகளையும் ரகசியமாகக் கண்காணிப்பது அவசியம். நல்லவர்களாகத் தோன்றுபவர்கள் நல்லவர்களாக இருப்பதில்லை.

பசியால் வாடிய ஒட்டகம் ஒன்று தளதளவென்று வளர்ந்திருந்த முள்செடி ஒன்றில் தளைகளைத் தின்னபோனது. அது ஆசையோடு கடிக்கப் போகும்போதுதான் அதற்குள் படமெடுத்துப் படுத்திருந்த நாகம் ஒன்றைக் கண்டது. உடனே அவசர அவசரமாகப் பின் வாங்கியது. அப்போது அந்த முட்செடி, "என் கடுமையான முட்களைப் பார்த்து பயந்துவிட்டாய் இல்லையா?" என்று சிரித்துக்கொண்டே கேட்டது. அதற்கு அந்த ஒட்டகம், "உன்னை ஒரே வாயில் தின்றிருப்பேன், ஆனால் உனக்குள் குடியிருக்கும் பாம்பைப் பார்த்துத்தான் நான் விலகினேன். அது ஒரு கொத்து

கொத்தினால் என் உயிர் போய்விடும். நான் உனக்காகப் பயப்பட வில்லை" என்று விளக்கம் சொன்னது.

பசுமையாகத் தெரிகிற பல இடங்களில் பயங்கர பாம்புகளும் ஒளிந்திருக்கக்கூடும் என்பதை உணர்ந்தால் துரோகங்களிலிருந்து நம்மைக் காத்துக்கொள்ள முடியும்.

7

அமுக்கப்படும் அங்கீகாரம்

முதுகில் குத்துவது ஒருவகையான துரோகம் என்றால் ஒருவரின் முகவரியை மறைத்து அதில் முத்திரையைக் குத்துவது இன்னொரு வகையான துரோகம். உழைத்தவர்களுக்குப் போய்ச் சேரவேண்டிய அடையாளத்தை மறைத்துவிட்டு தொடர்பில்லாத நபருக்குப் பெருமைகளை அள்ளி வீசுவது வியர்வை சிந்தியவர்களுக்கு அயர்வைத் தருகிற அற்பச் செயல். செடியை நட்டு நீரூற்றி காப்பாற்றியவர் புறக்கணிக்கப்பட்டு அந்நியர் ஒருவருக்கு பழங்கள் போய்ச் சேருவது அபத்தம். இந்த அநியாயம் நடக்கிறபோது இதைப் பார்த்து உழைத்தவர் உள்ளத்தில் வெறுப்பும், விரக்தியும் மிஞ்சுவது இயற்கை.

இது இன்றும் நிகழ்ந்துகொண்டிருக்கிறது. சமூகத் திற்கு விழிப்புணர்வு போதிய அளவு இல்லாத

காரணத்தால் சர்க்கரை கிடைத்தாலும் இனிப்பான பண்டம் இலுப்பைப் பூவே என்று சத்தியம் செய்து சாதிக்கப்படுகிறது.

கேரள மாநிலம் வைக்கத்தில் தாழ்த்தப்பட்ட மக்கள் நடக்கக் கூடாது என்று நாமகரணம் சூட்டப்பட்ட தெரு ஒன்று உண்டு. இதை எதிர்த்துப் பொதுமக்கள் ஆர்ப்பாட்டம். ஆனாலும், அதை அனுபவித்து வந்தவர்களுக்கு நீக்க மனமில்லை.

ஜார்ஜ் ஜோசப், நீலகண்ட நம்பூதிரி போன்ற காங்கிரஸ் தலைவர்கள் போராட்டத்தை முடுக்கினர். பொதுமக்கள் அணி திரண்டனர். ஆத்திரமடைந்த அரசு அதிரடியாய்க் கைது நடவடிக்கைகளைக் கண்டபடி ஏவியது. தலைவர்கள் சிறையில் என்றாலும் எதிர்ப்பைக் காட்ட வேண்டும் என்கிற எழுச்சி.

தலைவர் ஒருவர் இல்லாமல் தொண்டர்கள் தலையில்லாத முண்டமாய்த் தடுமாறுவார்கள் என்பது அவர்கள் கணிப்பு. அவர்களை வழிநடத்தும் சக்தி ஈரோட்டைச் சேர்ந்த ஒருவருக்கே உண்டென்று எண்ணினர். அந்த மகத்தான மனிதருக்குக் கடிதம் எழுதப்பட்டது.

'அய்யா, எங்கள் சக்திக்கு மீறிய போராட்டத்தைத் தொடங்கி விட்டோம், நிறுத்தப்பட்டால் மானம் பறிபோகும். தாங்கள் விரைந்து வந்து போராட்டத்தைத் தொடரவேண்டும்.' மன்றாடி கேட்டிருந்தனர் அந்தக் கேரளத் தலைவர்கள்.

சுற்றுப்பயணத்தில் ஈடுபட்டிருந்த அவர் ரகசிய நபர்மூலம் கடிதத்தைப் பெற்றார். மூட்டை முடிச்சுகளோடு அடுத்த நொடியே ஆயத்தமானார். நாத்திகரான அவர் சாதியின் அடிப்படையில் பிரிவினைகூடாது என்று நம்பியதால் அதில் குதிக்க முடிவு செய்தார். அவர் வருகிறார் என்றதுமே வைக்கம் எரிமலையானது. ரயிலில் வந்திறங்கிய அவருக்கு வரலாறு காணாத வரவேற்பு. மக்கள் திரண்டனர்.

திருவிதாங்கூர் மன்னருக்குச் செய்தி சென்றது. மன்னருக்கு அவரை நன்றாகத் தெரியும். ஈரோடு செல்லும்போதெல்லாம் அவர் வீட்டிலேயே சுகவாசம் என்கிற அளவிற்கு நெருக்கமான சகவாசம்.

'ஈரோட்டிலிருந்து ராமசாமியார் வந்திருக்கிறாரா? திவானை அனுப்பி வந்தனம் சொல்லுங்கள், வசதிகள் செய்து தாருங்கள்' என்று உத்தரவிட்டார் மன்னர்.

'வரவேற்பு எதுவும் தேவையில்லை, வைக்கம் தெருவில் தாழ்த்தப்பட்டவர்கள் நடமாட வேண்டும், அதுவே தேவை' என்று களத்தில் இறங்கினார் அந்தப் பெரியவர். அவரை கைது செய்ய மன்னருக்குத் தயக்கம். நன்றியுணர்வே கைது செய்ய யோசிக்க வைத்தது.

பழக்கவழக்கம் வேறு, போராட்டம் வேறு. ராஜாவுக்காக கூஜா தூக்கிப் பழக்கமில்லை என்று பிடிவாதம் காட்டினார் ஈரோட்டுத் தலைவர். அதிருப்தியடைந்த மன்னர் அவரை கைது செய்தார்.

மற்றவர்களை கைது செய்த சமயத்தில் நமத்துப்போன போராட்டம், அவரை கைதுசெய்தபோது படமெடுத்த நாகமாய்ச் சீறியது. ஈரோட்டிலிருந்து வந்த நாகம்மை கண்ணம்மாள் ஆகியோரும் போராட்டத்தை தொய்வின்றி நடத்தினர். போராட்டத்திற்கு தடை யுத்தரவு பிறப்பிக்கப்பட்டது.

கேரள ஆதிக்கவாதிகள் சிலர் ஈரோட்டு தலைவருக்கு எதிராக யாகம் ஒன்று நடத்துவதாகவும், அதன்மூலம் போராட்டம் நடத்தும் ராமசாமிக்கு மரணம் ஏற்படும் என்றும் வதந்தியைப் பரப்பினர். கேரள மக்களுக்கு அச்சம். அவர் உயிர் போய்விடுமோ என்று பதற்றம். உள்ளமெல்லாம் உதறல், உயிரெல்லாம் நடுக்கம்.

மறுநாள் திருவிதாங்கூர் சமஸ்தானமே அதிர்ந்துபோனது. காரணம் மன்னர் இறந்ததுதான். யாகம் எதிர் பலனைக் கொடுத்ததோ என்று பதைபதைத்தனர். மன்னரின் மறைவை யொட்டி சிறையிலிருந்த அனைவரும் விடுவிக்கப்பட்டனர். போராட்டம் வலுப்பட்டு விஸ்வரூபம் எடுத்து விபரீதம் நிகழுமோ என்று பயந்த திருவிதாங்கூர் ராணி, காந்திக்கு உடனடியாகக் கடிதம் எழுதினார். சில நாட்களிலேயே வைக்கம் தெருவில் நுழைவதற்கு அனுமதி அளிக்கப்பட்டது.

இந்தப் போராட்டத்தின் காரணமாக 'வைக்கம் வீரர்' என்று அழைக்கப்படும் அளவிற்கு வாகையைச் சூட்டிய அந்தத் தலைவர்தான் பின்னால் பெண்கள் மாநாட்டில் பெரியார் என்று

பெயர் சூட்டப்பட்ட ஈ.வெ.இராமசாமி. அது நடந்தது 1938 ஆம் ஆண்டு டிசம்பர் 13 அன்று சென்னையில் நடந்த மகளிர் மாநாட்டில்.

உண்மை அப்படியிருக்க மகாத்மாகாந்தியே மகத்தான தவறு ஒன்றைச் செய்தார். அவர் பத்திரிகையொன்றில் எழுதிய கடிதத்தில் பெரியாரைப் பற்றி ஒரு வார்த்தைகூட எழுதவில்லை. செய்தித் தாள்களும் அவருடைய பங்களிப்பு குறித்து மூச்சுவிடவில்லை. பெரியாரின் ஆதரவாளர்கள் கொந்தளித்துவிட்டனர். ஆனால் அவரோ அலட்டிக்கொள்ளவில்லை. 'அவர்கள் பத்திரிகை அது. எதை எழுதுவது, எழுதாமல் இருப்பது என்பதை நாம் சொல்லித் தரக்கூடாது. அமைதியாக இருங்கள்' என்று அறிவுறுத்தினார்.

அதற்குப்பிறகு தீவிரமாகச் சிந்தித்தார். 'அநேகப் பத்திரிகைகள் நம்முடைய நாட்டில் இருந்தாலும் அவை தங்கள் மனசாட்சிக்கு உண்மையென்று பட்டதைத் தெரிவிக்க தயங்குகின்றன. அதனால்தான் நான் பத்திரிகையை ஆரம்பிக்கிறேன். மற்ற பத்திரிகையைப் போல அல்லாமல், மனத்தில் பட்டதைத் தைரியமாகப் பொதுமக்களுக்கு உள்ளது உள்ளபடி தெரிவிக்க வேண்டும் என்பது என்னுடைய அபிப்பிராயம்.'

அதன் விளைவாகவே அவர் குடியரசு இதழைத் தொடங்கினார்.

நிறைய நிகழ்வுகளைப் பதிவுசெய்பவர்களை ஒரு சாராராகவும், பாராட்டுபெறுபவர்கள் இன்னொரு சாராராகவும் இருப்பது உழைப்பவர் உள்ளத்தில் ஈயத்தைக் காய்ச்சி ஊற்றியதைப்போன்ற நிலையை ஏற்படுத்தும். இது உழைப்புக்கு இழைக்கப்படும் பெரும் துரோகம்.

தனிமனிதருக்கு இழைக்கப்படும் துரோகத்தைக் காட்டிலும் உயர்ந்த பண்பு ஒன்று புறக்கணிக்கப்படுகிறபோது ஏற்படுகிற ஒட்டுமொத்த பாதிப்பு அதிகம். அதனால் உழைப்பவர்கள், 'இனி நாமும் கச்சேரிக்குப் போகிற மனநிலையில் வந்துவிடுவோம்' என்று நினைத்தால் நிறுவனமே பாழாகிவிடும். யார் உண்மையில் முக்கியமான பணியை ஆற்றினார்கள் என்பதைக் கண்டுபிடித்து அவர்களுக்குச் சேரவேண்டிய கௌரவத்தைச் சேர்ப்பது அவசியம். இது பலநேரங்களில் இல்லாமல் போய்விடுவது துரதிர்ஷ்டவசமானது.

என்னிடம் பணிபுரிந்த ஒருவர் மிக நன்றாகக் குறிப்புகள் எழுதுவார். ஓய்வு பெற்றதும் ஒருமுறை என்னைச் சந்திக்க

வந்திருந்தார். ஏற்கெனவே; வெகுநாட்களாக பதிப்பகம் ஒன்றைச் சார்ந்தவர்கள் சுற்றுலாவைப்பற்றிப் பாடப்புத்தகம் ஒன்றை எழுதித்தருமாறு கேட்டிருந்தார்கள். அதை நான் எழுதுவதற்கு துணியவில்லை. ஏனென்றால், அரசுப்பணியில் இருப்பதால் அதைக் கல்லூரிகள் பாடப்புத்தகமாக்கினால் என் பணியின் அழுத்தத்தால் அது கிடைத்ததாக மற்றவர்கள் சொல்லக்கூடும் என்பதால் இரட்டிப்பு முன்னெச்சரிக்கையுடன் நடந்துகொள்ள வேண்டியதாக இருந்தது.

வந்திருந்த ஓய்வுபெற்ற அலுவலரிடம், "நீங்கள் இதுபோன்ற பாடப்புத்தகத்தை எழுதுங்கள்" என்று ஆலோசனை சொன்னேன். அதோடு அந்தப் பதிப்பகத்திடமும் தொலைபேசி மூலமும் தொடர்புகொண்டு, 'இவர் எழுதப்போகும் புத்தகத்தை நீங்கள் பதிப்பிக்க முடியும், அதைப் பாடப்புத்தகமாகவும் வைக்கலாம்' என்று குறிப்பிட்டேன். அவர்களும் ஒத்துக்கொண்டார்கள்.

எந்தெந்த வகையில் தலைப்புகளைத் தயார் செய்யவேண்டும் என்பதோடு மேற்கோள் காட்டவேண்டிய நூல்களின் பட்டியல்களையும் அவரிடம் கொடுத்தேன். அதற்குப் பிறகு, அந்த நபரிடம் என்னுடைய பத்தாயிரம் மைல் பயணம் என்கிற நூலைக்கொடுத்து அதிலிருக்கிற சுற்றுலா செய்திகளையும் பயன்படுத்திக்கொள்ளச் சொன்னேன்.

ஆறுமாதங்களில் நூலைத் தயாரித்து முடித்திருந்தார். என்னிடம் அணிந்துரைக்காக நீட்டினார். நானும் அதை படித்துப் பார்த்து அணிந்துரை ஒன்றைத் தந்தேன். அதில் என்னுடைய நூல் பெயரைக் கூட குறிப்பிடாமல் பல இடங்களில் கையாளப் பட்டிருந்தது.

பொதுவாகவே இதுபோன்ற நூல்களை எழுதுபவர்கள் மேற்கோள் புத்தகங்களின் பட்டியல் ஒன்றைத் தருவது வழக்கம். அதில் அவர் அந்நூலைக் குறிப்பிடுவார் என்று நினைத்திருந்தேன். ஆனால் ஒரு மாதத்திற்கு முன்பு அவரிடமிருந்து ஒரு கடிதம் வந்தது. அந்த உறையில் ஒரு கடிதமும், ஒரு நூலும் இருந்தன. அக்கடிதத்தில் மேற்படி பதிப்பகம் இரண்டாண்டுகள் ஆகியும் பதிப்பிக்காத காரணத்தால் தானே பதிப்பித்ததாகத் தெரிவித்திருந்தார். சில நேரங்களில் இதுபோன்ற நூல்களை பதிப்பிப்பதில் தாமதம் ஏற்படுவது இயற்கை. ஆனால் அவருக்குப் பொறுக்க மனமில்லை.

அந்த நூலில் நான் எழுதிக்கொடுத்த அணிந்துரை இருக்கவில்லை. வேறு யாரோ எழுதிய இருவர் அணிந்துரை. இவருடைய முன்னுரையையும் படித்துப் பார்த்தேன், அதில் ஓரிடத்தில்கூட நான் அவருக்கு வழிகாட்டினேன் என்றோ, வற்புறுத்தினேன் என்றோ, என்னுடைய நூல் பற்றியோ எந்தத் தகவலும் இல்லை. பல ஆண்டுகளாக சிரமப்பட்டு, தகவல்கள் சேகரித்து நான் எழுதிய அந்த நூலிலிருந்து அநாயாசமாக எடுத்துக் கையாண்டிருந்த அவர் மரபுக்காக ஒரு நன்றியைக்கூடத் தெரிவிக்கவில்லை.

அந்த நண்பருக்கு நான் வற்புறுத்தியிருந்தால் என் புத்தகங்களை வெளியிடும் அந்தப் பதிப்பகம் இந்நூலை வெளியிட்டிருக்குமே என்கிற ஆத்திரம் ஒரு காரணமாக இருக்கலாம். ஆனால் என் நூலையே பெரும்பாலும் கையாண்டிருக்கும் அவர் மரியாதை நிமித்தம்கூட அதைப்பற்றி குறிப்பிடாமல், அவருடைய சொந்த கைச்சரக்குபோல பயன்படுத்தியிருந்தது வருத்தமாக இருந்தது. ஆனால் அரசுத்துறையில் இதுபோல பலநேரங்களில் நாம் செய்கிற செயல்களின் பலனை வேறொருவர் அபகரித்துக்கொள்வதைப் பார்த்துப் பார்த்து மனம் மரத்துவிட்டது.

அண்மையில் ஏலகிரியைப் பற்றி ஒரு கட்டுரையை ராணி இதழில் படிக்க நேர்ந்தது. அந்தச் சுற்றுலாத்தலம் வேறொருவருடைய முயற்சியால் முன்னேறியதாக எழுதப்பட்டிருந்தது. சுற்றுலாத் துறைச் செயலராக இருந்தபோது அதிகம் பிரபலமில்லாத சுற்றுலாத் தலங்களை வளர்க்க வேண்டுமென்று முடிவுசெய்து அரசாணை வெளியிட்டு, அதில் ஏலகிரியையும் சேர்த்தவர்கள் நாங்கள். அதுமட்டுமில்லாமல், மாநில, மைய அரசிடமிருந்தும் பெருவாரி யான நிதியை பெற்று அளித்ததும் நாங்கள். அங்கே இருந்த ஆட்சியர் தர்மேந்திரபிரதாப் யாதவ் பெரிதும் உதவியாக இருந்தார், ஆர்வமும் காட்டினார். அப்போதுதான் ஏரி விரிவாக்கம் பெற்றது, இயற்கைப் பூங்கா என்கிற ஒன்று அமைக்கப்பட்டது. மின்விளக்குகள் போடப்பட்டன, சாலைகள் சீரமைக்கப்பட்டன. அப்போது ஊரக வளர்ச்சி செயலராக இருந்த திரு.ஷெட்டி அவர்கள் அங்கிருந்த ஏரிகளை தூர்வார நிதி அளித்தார். அங்கு தாவரயியல் பூங்கா அமைக்க அவர் 25 கோடி ரூபாய் ஒதுக்கினார். அரும்பாடுபட்டு நிலத்தைத் தேர்வு செய்தோம். இந்த வளர்ச்சிகளில் சிறிதும் அக்கறை காட்டாத ஒருவரை முக்கியக் காரணம் என்று அந்தக் கட்டுரையாளர் பாராட்டியிருந்ததுதான் மிகப்பெரிய கொடுமை.

இதுபோன்ற எண்ணற்ற நிகழ்வுகளில் உண்மையானவர்களுக்கான அங்கீகாரமோ, கௌரவமோ அளிக்கப்படுவதில்லை. பொம்மைகளே பொய்வேடம் இட்டுத் தங்களை சிற்பங்களாக சிலாகித்துக் கொள்கின்றன. அதைக்கண்டு ஏமாந்துவிடுகிறவர்கள் அதிகம்.

தற்காலிகமான அங்கீகாரங்கள் நிரந்தரமானவை இல்லை என்பதுதான் நமக்கான ஆறுதல். அன்று பத்திரிகைகள் எவ்வளவு மறைக்க முயன்றும் 'வைக்கம் வீரர்' என்று இன்றும் அழைக்கப்படுகிறார் பெரியார் என்பது வரலாற்றுக்குக் கிடைத்த வெற்றி. சூரியனை கைக்குடையால் மறைத்து மகிழ்ச்சியடைபவர்கள் அற்பர்கள். அவர்கள் ஆனந்தம் சொற்ப நேரமே சொக்கட்டான் விளையாடும்.

எல்லோரும் பெரியாரைப்போன்ற திடமான உள்ளத்தோடும், தீர்மானமான செயல்பாட்டோடும் இருக்க முடியாது என்பது உண்மை. சாமானியர்கள் யாரையும் பாராட்டாமல் இருந்தால் கூட பொறுத்துக்கொள்ளுவார்கள், சோம்பேறிகளும் எதிர்மறையானவர்களும் வெளிச்சம் பெறுகிறபோது அனிச்ச மலர்போல சுருங்கிவிடுவார்கள். அவர்களும் பெரியாரைப்போன்ற பெரிய மனிதர்களின் வாழ்க்கை வரலாற்றைப் படிக்க வேண்டும்.

பணியைச் செய்வது நம்முடைய கடமை, புகழ் யாருக்குப் போய்ச் சேர்ந்தாலும் சேரட்டும். அறிந்து வைத்திருக்க வேண்டியவர்கள் அறிந்து வைத்திருப்பார்கள். தவறான மனிதர்கள் அடைகிற வெளிச்சம் அன்றைய மழையில் முளைத்த காளான்களைப் போல பளபளக்கும், ஆனால் நிலைத்து நிற்காது என்பதுதான் காலம் நம் கண்ணீர் பெருகி நம்மை நனைத்துவிடாமல் இருக்கப் பிடிக்கின்ற ஆறுதல் குடை.

8
உத்தமனில்லை உத்தமசோழன்

துரோகம் என்று வந்துவிட்டால் அதில் வடக்கு, தெற்கு, கிழக்கு, மேற்கு என்று எந்தப் பேதமும் இல்லை. துரோகம் என்பதை எங்களுடையதுதான் என்று எந்த நாடும் கொண்டாட முடியாது. எல்லா நாடுகளிலும் ஏதேனும் ஒரு காலகட்டத்தில் துரோகம் நடந்தேறி இருக்கிறது.

உடல் சுகத்திற்காக உண்டாகும் துரோகம் ஒருவகை என்றால் மன சுகத்திற்காக நடப்பது மற்றொரு வகை. சோழ சாம்ராஜ்யத்திலும் பதவிக்காக இப்படிப் பட்ட அசம்பாவிதம் நிகழ்ந்திருக்கிறது என்பது நம்மை அதிர்ச்சியாக்கும் செய்தி.

வடக்கில் தந்தையையே வீழ்த்தி தரணியை ஆளும் பொறுப்பைக் கையகப்படுத்துவது சகஜமான சரித்திர சம்பவம். அது இப்போதும் அரசியலில் தொடர்ந்து கொண்டிருக்கிறது. பதவி என்கிற மாயாஜாலம்

அனைவரின் கண்களையும் மறைத்துவிடும். கண்களை மறைத்த தால்தான் தன்மகன் நாடாளவேண்டும் என்று எப்போதும் கனவு கண்டுகொண்டிருந்தான் திருதராஷ்டிரன்.

பதவி அளிக்கும் சுகங்களை அதை ருசித்தறியாதவர்களால் ஒருபோதும் அறியமுடியாது. பணமும், பகட்டும் அடுத்தவர்களை மிரட்டும் அதிகாரமும் பதவியால் கிடைக்கும் அருட்கொடைகள். பதவி பதரையும் ஆசனத்தில் அமர வைத்துவிடும் அற்புத சக்தி. ஆங்கிலத்தில் அதிகாரத்தைப்போல உயிரணுக்களை உற்பத்தி செய்யும் சக்தி வேறெதற்கும் இல்லை என்று ஒரு பொன்மொழி உண்டு.

பிற்காலச் சோழர்களில் கண்டராதித்தன் என்கிற சோழமன்னன் அரியணையில் அமர்ந்தான். பராந்தகனுக்கு அவன் மகன். எட்டு ஆண்டுகள் மட்டுமே ஆட்சி செய்தான். அவனுடைய மரணத்திற்குப் பிறகு அவன் மகன் உத்தம சோழன் என்கிற மதுராந்தகன் அரியணை ஏறியிருக்க வேண்டும். ஆனால் அவன் சின்னஞ்சிறுவன். அறியாத பாலகன். அவன் கையில் செங்கோலைத் தருவது சிறப்பாக இருக்காது என்பதால் கண்டராதித்தனின் சகோதரன் அரிஞ்சயன் அரசனானான். ஆனால் அவனும் ஓராண்டிலேயே உயிர் பிரிந்தான்.

சோழ நாடு அடுத்த வாரிசு யார் என்று அடையாளம் காண முடியாமல் தடுமாறிப்போனது. உத்தம சோழனோ இன்னமும் குழந்தை. எனவே அரிஞ்சயனின் மகன் சுந்தர சோழன் அரசாள வேண்டிய கட்டாயம் ஏற்பட, அவன் இரண்டாம் பராந்தகன் என்கிற பெயரில் மன்னனானான். சோழ நாட்டின் எல்லைகளை தக்கவைத்துக்கொள்ள பெரும் போராட்டம் நிகழ்ந்தது.

சுந்தர சோழன் தன் மூத்த மகன் ஆதித்த கரிகாலனுக்கு முடிசூட்டி அவனை இளவரசனாக அறிவித்தான். சுந்தர சோழனுடைய இன்னொரு மகனே பிற்காலத்தில் ராஜராஜன் என்ற புகழ்பெற்ற பேரரசனாய்த் திகழ்ந்த அருண்மொழிவர்மன்.

ஆதித்த கரிகாலன் வீரத்தின் விளைநிலமாய் இருந்தான். அவன் வாளைச் சுழற்றினால் எதிரிகளின் தலை உருண்டோடும் என்கிற அளவிற்குப் பராக்கிரமமும், துணிச்சலும் ஒருங்கே வாய்க்கப் பெற்றவன். சேவூரில் பாண்டிய மன்னனுக்கும், இரண்டாம் பராந்தகனின் படைக்கும் போர் நடந்தது. போருக்குத் தலைமை

யேற்று தளபதியாய் களம் கண்ட ஆதித்த கரிகாலன் பாண்டியரை விரட்டியடித்து வெற்றி மாலை சூடினான். மகனின் வீரம் தந்தைக்கு மனம் முழுவதும் மகிழ்ச்சியைப் பூசியது.

சுந்தர சோழன், நந்திபுரத்தையும், பழையாறையும் நிர்வாகப் பொறுப்பில் நிறுத்திக்கொண்டு அரசை நடத்தும் முழு அதிகாரத் தையும் ஆதித்த கரிகாலனுக்கு அளித்தான். தந்தையின் சுமையைத் தனயன் குறைத்தான்.

ஆதித்த கரிகாலன் அரியணையில் அமர்ந்துவிடுவானோ என்கிற அச்சத்தில் அவன் அடையாளம் தெரியாத நபர்களால் கொலை செய்யப்பட்டான். தகதகவென மின்னும் தகைமையுடன் சுடர் விட்டு ஒளிர்ந்த மகனால் அன்றைய கரிகாலன் விட்ட இடத்தை சோழ ராஜ்யம் எட்டிப்பிடித்துவிடுமென கனவு கண்டு கொண்டிருந்த சுந்தர சோழனுக்கு அது இடியாய் இருந்தது.

உலகத்திலேயே மிகப்பெரிய சுமை தந்தையின் முதுகிலிருக்கும் மகனின் சடலம் என்று ஷோலே திரைப்படத்தில் ஒரு வசனம் வரும். அதைப்போலவே மகனின் மரணம் சுந்தர சோழனுக்கு கடக்க முடியாத கசப்பு நிகழ்ச்சியாய் இருந்தது. புத்திர சோகமே சத்துருவாக உயிர் இழந்தான் சுந்தர சோழன்.

அடுத்து ஆட்சியில் யார் அமர்வது என்கிற வினா எழுந்தது. ஆதித்த கரிகாலனின் இளைய சகோதரனான அருண்மொழிதான் மன்னனாவான் என்று மக்கள் எதிர்பார்த்திருந்தனர். ஆனால் கண்டராதித்னின் மகன் உத்தமசோழன் நாட்டை ஆள உரிமை கோரினான்.

அருண்மொழிவர்மன் பிறவியிலேயே பெருந்தன்மை மிகுந்தவர். அவர் வாளை உயர்த்தி அரியணையை அடைய விரும்பவில்லை. அதுவரை சோழநாடு கட்டிக்காத்த அரச மரபுப்படி உத்தமசோழனே மன்னனாகட்டும் என்று சொல்லிவிட்டார்.

ஆதித்த கரிகாலனின் கொலையைப் புதிய மன்னர் கண்டுபிடிப்பார் என்று மக்கள் எதிர்பார்த்தார்கள். ஆனால் உத்தமசோழனோ தலைமைப்பண்புகளோடு திகழ்ந்தவன் அல்லன். அவன் குரோதம், சூழ்ச்சி, பொய் ஆகியவற்றைப் பிடித்து செய்த ஒட்டுமொத்த உருவமாய் இருந்தான். எனவே மக்களிடம் தவறான செய்திகளைப் பரப்பி அவர்களை திசை திருப்பினான்.

நாட்டை ஆளுவதற்கு அதிகாரம் மட்டும் போதாது, அசாத்திய வீரமும் வேண்டும் என்பதை அறிந்ததால் அப்போதே அருண் மொழியை இளவரசனாக ஆக்கிக்கொண்டான். அருண்மொழிக்கு மக்கள் மத்தியில் செல்வாக்கு ஏற்பட்டது.

உத்தமசோழன் ஆட்சி நடந்தவரை ஆதித்தகரிகாலனை கொலை செய்தவர்கள் யார் என்பதே தெரியாமல் இருந்தது. பதினாறு ஆண்டுகள் கழித்து ராஜராஜன் என்கிற பெயரோடு அருண்மொழி வர்மன் ஆட்சிக்கு வந்தபோது உண்மையான கொலையாளிகள் பிடிபட்டார்கள். கொலை செய்த துரோகிகளான ரவிதாசன், சோமன், சாம்பவன் போன்றோரின் சொத்துக்கள் பறிமுதல் செய்யப்பட்டன. காட்டுமன்னார்கோயிலில் இடம்பெற்றுள்ள கல்வெட்டில் இந்தத் தகவல் பொறிக்கப்பட்டிருக்கிறது. இந்தக் கொலையில் உத்தமசோழனுக்கும் பங்கிருக்கிறது என்ற செய்தியை சூசகமாகச் சொல்கிறது.

உத்தமசோழன் மன்னனாய் இருந்தபோது மக்களுக்குப் பிடிக்காத வனாகவே இருந்தான். அவனால் அதிகாரத்தை ருசிக்கத் தெரிந்ததே தவிர, நாட்டை முறையாக ஆளத்தெரியவில்லை.

ராஜராஜன் என்கிற மாபெரும் சக்தியே அவனுடைய ஆட்சிக்கு முட்டுக்கொடுத்தது. அவனுக்குப் பிறகு ராஜராஜன் அரசாட்சிக்கு வந்தபோது சோழ சாம்ராஜ்யம் பரந்துவிரியத் தொடங்கியது. மன்னன் அந்த வழக்கை தூசி தட்டி எடுத்து கொலையாளிகளைத் தண்டித்து எந்தக் குற்றமும் மன்னிக்கப்படாது என்கிற செய்தியை நாடு முழுவதும் பரவவிட்டார்.

மகாபாரதத்தில் மிகச்சிறந்த பாத்திரமாக உருவாக்கப்பட்டிருப்பது பீஷ்மருடைய அம்சம். பிதாமகர் என்று அழைக்கப்படுகிற அவரே அஸ்தினாபுரத்தின் அரியணைக்குத் தகுதியானவர். சந்தனு மகாராஜாவின் வாரிசும் அவரே. ஆனால் தந்தை சத்யவதி என்கிற மச்சகந்தியை விரும்பியதால் அவர் மனம் வாடக்கூடாது என்பதற்காக அரியணையை மட்டுமல்ல, இல்லற வாழ்க்கை யையே தியாகம் செய்துவிடுகிறார். அப்போதுதான் தேவவிரதன் 'பீஷ்மர்' என்று அடிவானில் எழும் அசரீரியால் அங்கீகரிக்கப் படுகிறார்.

சத்யவதியின் புத்திரர்கள் சித்ராங்கதன், விசித்திரவீரியன். சித்ராங்கதன் அதே பெயரிலிருந்த இன்னொரு மன்னன் செய்கிற

பழிகள் தன்மேல் விழுந்ததால் அவனை நசுக்கப் படையெடுத்து மாண்டுபோனான். விசித்திரவீரியனும் இறந்துபோனான். சத்யவதியின் மருமகள்களான அம்பிகா, அம்பாலிகா இரு வருக்குமே குழந்தைகள் இல்லை.

நியாயப்படி பார்த்தால் குரு வம்சம் முடிவுக்கு வந்துவிட்டது. அதில் பீஷ்மரைத் தவிர வேறொருவரும் வாரிசு என்று கூற முடியாதவர்கள். எனவே வாரிசே இல்லாதபோது பீஷ்மர் அரசாண்டிருக்கலாம். அவரிடம் சத்தியம் வாங்கிய சத்யவதியே சத்தியத்தை மீறச் சொன்னபோதும் அவர் அதை ஏற்றுக்கொள்ள வில்லை. வாரிசு இல்லாமல் குரு வம்சம் தத்தளிக்கிறதே என்று சத்யவதி கலங்கினாள். சந்தனுவுடன் திருமணமாவதற்கு முன்பே அவளுக்குப் பிறந்த வியாசன் மூலம் அவள் மருமகள்கள் வேண்டாத வெறுப்பாக கருவுற்றுவிடுகிறார்கள்.

அம்பிகாவுக்கும், அம்பாலிகாவுக்கும் பிறந்த குழந்தைகள் சட்டப்படி பார்த்தால் அங்கீகரிக்கப்படாத குழந்தைகள். ஆங்கிலத்தில் இல்லெஜிடிமெட் சில்ரன். ஆனால் அவர்களை அங்கீகரித்து அரசவாரிசு ஆக்கியது பீஷ்மர். பலநேரங்களில் பீஷ்மரையே அவமானப்படுத்துவதற்குத் துரியோதனன் துணிந்தான். அவன் உரிமைகோரும் ராஜ்யம் பீஷ்மரின் பிச்சை என்பதை இறுதிவரை அவன் உணரவில்லை.

நன்றிகெட்டத்தனம் என்பது மனிதர்களின் பிறப்புரிமையாகி இருக்கிறது. இன்றைய சூழலில் யாரையும் முழுமையாக நம்பி நம் ரகசியங்களை பரிமாறிக்கொள்ளக்கூடாது. நட்பிலும் நாகரிகம் என்ற ஒன்று இருக்கிறது. நாம் நண்பர்களாக இருந்தபோது ஒன்றாகச் சேர்ந்து செய்த செயல்களை ஒருபோதும் பிரிந்தபிறகு மற்றவர்களுக்குக் கசிய விடக்கூடாது. அவ்வாறு செய்தால் அது நம்பிக்கைத் துரோகம். ஏனென்றால் நாம் இருவரும் நண்பர்களாக இருக்கிறோம் என்ற ஆழ்ந்த உரிமையில் அந்தச் செயல்கள் செய்யப்படுகின்றன. காலம் விளையாடும், சொக்கட்டான்களால் நண்பர்கள் பிரிய நேரிடலாம், ஆனால் பிரிந்தவர்கள் பகைவர் களாக வேண்டும் என்கிற கட்டாயம் ஏற்படவேண்டிய அவசியம் இல்லை. கருத்து மாற்றத்தால் பிரிவு வரலாம், புரிதல் இல்லாமல் பிரிவு வரலாம், இருவரின் அவாவும் வேறுபட்டிருப்பதால்

பிரிவு வரலாம். நம்பிக்கைத் துரோகத்தால் அந்தப் பிரிவு வந்தால் அது நட்பை களங்கப்படுத்திவிடும்.

நட்பைப்போல தூய்மையான பகிர்தல் வேறெந்த உறவிலும் ஏற்படுவதற்கு வாய்ப்பு இல்லை. உடலைத் தாண்டிய உறவு நட்பு மட்டுமே.

சிலர் நட்பையும் அசிங்கப்படுத்தி விடுகிறார்கள். நண்பர்களாக இருக்கிறபோது அவர்கள் செய்யும் செயல்களை பிரிந்ததும் அம்பலப்படுத்துவதற்கு தொடங்குகிறார்கள். இது மிகப்பெரிய நம்பிக்கைத் துரோகம். நண்பர்களிடம் மட்டுமல்ல, பகைவர் களோடு சேர்ந்து ஒரு செயலைச் செய்தாலும் அதை மற்றவர்களிடம் பகிர்ந்துகொள்ளாமல் இருப்பதுதான் பண்பாடு.

ஓர் உதவி கேட்டு வந்தவர்கள் இது யாருக்கும் தெரியவேண்டாம் என்று சொன்னால் அதை ஒருபோதும் தெரியப்படுத்தக்கூடாது. அதுதான் உயர்ந்த பண்பு.

நண்பர்களைத் தேர்ந்தெடுப்பது எளிதான செயலல்ல. பல நேரங்களில் இனிய பழக்கங்களோடு இறுகிப்போகிற நட்பை விடத் தீயப்பழக்கங்களால் தேர்ச்சி பெறுகிற நட்பு வட்டங்களே அதிகமாகவும் கவர்ச்சியானதாகவும் இருக்கின்றன. அந்த மயக்கம் எல்லாவற்றையும் பகிர்ந்துகொள்ளத் தூண்டுகிறது. வசதிக்காக ஏற்படுகிற அந்த நட்பை வரப்பிரசாதமாகக் கருதிக்கொள்கிறவர்கள் இருக்கிறார்கள். பின்னர் அவர்கள் முரண்பாடு அடைகிறபோது எதிர் எதிர் துருவங்களாய் ஆகிவிடுகிறார்கள். அப்போதுதான் இதுநாள்வரை தெரிந்த பலவீனங்களையெல்லாம் எப்படியாவது வெளிப்படுத்தி பழகிய நண்பரை அசிங்கப்படுத்த வேண்டும் என்கிற ஆசை ஏற்படுகிறது. அது சேற்றை வாரி இறைக்கத் தூண்டுகிறது. என் கை அழுக்கானாலும் பரவாயில்லை என்கிற எண்ணம் மேலோங்குகிறது.

உண்மையான நண்பர்களை அடைபவர்கள் பாக்கியசாலிகள். அவர்கள் அத்தி பூப்பதைப்போல அரிதாகவே அகப்படுகிறார்கள். ஆனால், காலமெல்லாம் ஆலம் விழுதுகளாக இருக்கிறார்கள். கொண்டாட்டங்களின்போது போலியான நண்பர்களே புலப்படு

வார்கள். துயரம் வரும்போது மட்டுமே உண்மையான நண்பர்கள் கண்ணுக்குத் தெரிவார்கள். அவர்கள் நமக்கு உதவுவதைக்கூட ரகசியமாகச் செய்வார்கள். அவர்கள் நட்பை விளம்பர பொருளாய் ஆக்கிக்கொள்ள மாட்டார்கள்.

பதவியிலிருப்பவர்கள் மிகுந்த நுட்பத்துடன் நண்பர்களைத் தேர்ந்தெடுக்க வேண்டும். சில நேரங்களில் நம் பலவீனங்களைக் கூட அவர்கள் வேறொருவரிடம் பகிர்ந்துகொள்ளக்கூடாது என்பதில் எச்சரிக்கை காட்டவேண்டும். பார்த்தவுடன் காதல் ஏற்படலாம், ஆனால் பழகிய பிறகே நட்பு ஏற்படமுடியும். அப்போதுதான் அது துரோகச்சுவடுகளை இதயத்தில் ஏற்படுத்தாமல் பவித்திர மானதாக பாதுகாக்கப்படும்.

9

பிளாசி யுத்தம்

துரோகத்தின் வேர் பேராசை. தகுதியில்லாமல் அனுபவிக்க வேண்டும் என்கிற அவா உந்தித்தள்ள நம்பியவர்கள் கழுத்தை நைச்சியமாகப் பேசி நயமாக அறுப்பதே துரோகிகளின் கைவண்ணம். சில நேரங்களில் அது பொறாமையால் பூக்கும். பொறாமை நிறைந்திருப்பவன் அவனைவிட அவன் எதிரியையே அதிக நேரம் நினைத்துக்கொண்டிருப்பான்.

உலகம் எப்போதும் ஒரே மாதிரியே இயங்குகிறது. எல்லா ஊர்களிலும் மனிதர்கள் ஒன்றுபோலவே இருக்கிறார்கள் என்பதைப் பயணம் செய்பவர்கள் பட்டறிவால் உணர்வார்கள். சுயநலம் சேர்ந்த வரையும் அழிக்கும் தீ. கோயில் கட்டியவனை இடித்துத் தள்ளிவிட்டுப் பிரசாதத்திற்காகக் கையேந்துபவர்களைக் காண முடியும். நம்

குப்பியில் இருக்கிற நீரை இரவல் வாங்கி நமக்கு ஒரு சொட்டும் வைக்காமல் அருந்திவிடுபவர்கள் அதிகம்.

'எனக்கு இரண்டு கண் போனாலும் எதிரிக்கு ஒரு கண்ணாவது போக வேண்டும்' என்கிற பழமொழி ஊரகப்பகுதிகளில் உண்டு.

ஒருவன் பணக்காரனாக வேண்டுமென்று தவம் இருந்தான். கடவுளும் அவன் முன்பு தோன்றினார்.

''உனக்கு என்ன வரம் வேண்டும்?'' என்று ஆண்டவன் கேட்டார்.

''நான் நினைக்கும் பொருள் எனக்கு வர வேண்டும்.''

ஆண்டவன் எப்போதும் நிபந்தனைகளோடுதான் வரங்களை தருவார். விதிவிலக்கு இல்லாத வரம் ஒருவருக்கும் அளிக்கப் படுவதில்லை.

''நீ கேட்கிற பொருள் உனக்குக் கிடைக்கும். ஆனால், உனக்கு ஒன்று கிடைத்தால் உன் பக்கத்து வீட்டுக்காரனுக்கு இரண்டு கிடைக்கும்'' என்று அவர் அருளினார்.

பக்தன் பரிதவித்தான். நாம் எல்லோருமே பக்கத்து வீட்டுக்காரரை விட அதிக வசதியோடு இருக்க வேண்டுமென்று விரும்புகிறவர்கள் தானே! எனவே வரம் கிடைத்தும் அவன் வருந்தினான். இருந்தாலும் வரத்தை சோதித்துப் பார்க்க 'ஒரு வீடு வேண்டும்' என்று கேட்டான். பக்கத்து வீட்டுக்காரனுக்கு இரண்டு வீடுகள் புதிதாக உருவாயின. 'ஒரு கார் வேண்டும்' என்று கேட்டான், அண்டை வீட்டுக்காரனுக்கு இரண்டு கார்கள் கிடைத்தன.

தவமே செய்யாமல் தன்னைக் காட்டிலும் இரண்டு மடங்கு அவன் அனுபவிப்பதைப் பார்த்து ஆயாசமடைந்தவன் நண்பனைக் கலந்தாலோசித்தான்.

''உன் வீட்டிற்கு முன்னால் ஒரு கிணறு வேண்டுமென்று கேள். அடுத்ததாக விடிந்து எழும்போது உனக்கு ஒரு கண் குருடாக வேண்டுமென்று கேள்'' என்று யோசனை சொன்னான் நண்பன். அவனும் அப்படியே செய்தான்.

இவன் வாசலுக்கு முன்னால் ஒரு கிணறு. அண்டை வீட்டுக்கார னுக்கு முன்னால் இரண்டு கிணறுகள். விடிந்து எழுந்தால்

இவனுக்கு ஒரு கண் தெரியவில்லை, அவனுக்கோ இரண்டு கண்களும் தெரியவில்லை. 'என்ன நடக்கிறது!' என்று தெரியாமல் வாசலுக்கு வந்த அவன் கிணற்றில் விழுந்து இறந்துபோனான். மனித மனம் எவ்வளவு வக்கிரம் வாய்ந்தது என்பதற்கு இக்கதை யொரு சான்று.

இந்திய வரலாற்றில் பிளாசிப்போர் முக்கியத்துவம் வாய்ந்தது. 1757 ஆம் ஆண்டு ஜுன் 23 ஆம் தேதி கிழக்கிந்தியக் கம்பெனி வங்காள நவாப்பை தோற்கடித்த நாள். ஆனால் அந்தத் தோல்வி வெற்றியால் விளையவில்லை. துரோகத்தால் விளைந்தது. ஊழலால் நிகழ்ந்தது.

வங்காள நவாப்பாக இருந்த அலிவர்திகான் 1756 ஆம் ஆண்டு இறந்தார். அவர் உயிரோடு இருக்கும்வரை கிழக்கிந்தியக் கம்பெனியிடம் கறாராக நடந்துகொண்டார். அவர்கள் சுதந்திரம் எடுத்துக்கொள்ள அனுமதிக்கவில்லை. அவர் இறந்த பிறகு 19 ஆண்டுகளே ஆன அவருடைய பேரன் சிராஜ் உத்தெல்லா நவாப்பாக பதவியேற்றார்.

சிராஜ் கொஞ்சம் உணர்ச்சிவசப்படுபவராகவும், நிலைமையைப் புரிந்துகொள்வதில் அவசரப்படுபவராகவும் இருந்தார். ஆங்கிலப் படைகளின் விரிவாக்கத்தை எதிர்த்தார். பிரிட்டிஷ்படை அத்து மீறுவதைக் கண்டு ஒரு குறும்படையை அனுப்பி அவர்களை முறியடித்ததோடு பல ஆங்கிலேய அதிகாரிகளைக் கைதி களாகவும் ஆக்கினார். கல்கத்தா நகரையும் படைபலத்தால் கைப்பற்றிக் கொண்டார். கைப்பற்றியவர்களை வில்லியம் கோட்டையில் கறுப்புத்துளை என்கிற டஞ்சனில் அடைத்தார். நவாப்பின் படை கல்கத்தா நகரையும், பிரிட்டிஷ் தொழிற் சாலைகளையும் சூறையாட ஆரம்பித்தது.

தகவல் சென்னையைச் சென்று சேர்ந்தது. கிளைவ் தலைமையில் ஒரு ராணுவமும், வாட்சன் தலைமையில் கப்பற்படையும் கிளம்பின.

அப்போது நவாப்பின் படைக்கு மீர் ஜாஃபர் என்கிறவன் தளபதியாக இருந்தான். அவன் கைகளில் கரன்சி நோட்டுகளை திணித்து அந்த வெற்றியை ராபர்ட் கிளைவ் சாதித்தான்.

வங்காளத்தில் இஸ்லாத்தைச் சார்ந்த எவரும் மீர் ஜாஃபர் என்கிற பெயரை குழந்தைகளுக்குச் சூட்டுவதில்லை. அப்பெயர் துரோகம் என்பதன் அருஞ்சொற்பொருளாகக் கருதப்படுவதுதான் காரணம். பதவியின் மேல் இருந்த ஆசையால் தளபதியே தலைவனைக் காட்டிக்கொடுத்து சிம்மாசனத்தை அற்பகாலம் அபகரித்துக் கொண்டதால் பிரிட்டிஷ் ஆட்சி இந்திய மண்ணில் விதையூன்ற அது தொடக்கமாக இருந்தது.

சிராஜ் தன்மானம் உள்ள மனிதர். சக்தி வாய்ந்த படைபலத்தை வைத்திருந்தார். அவரை வீழ்த்த வேண்டுமென்று பேராசை கொண்ட கிளைவ் அந்தப் படையைச் சமாளிக்க முடியாது என்பதை அறிந்துகொண்டான். அப்போது கிழக்கிந்திய கம்பெனியிடம் 3,000 படை வீரர்கள் மட்டுமே இருந்தார்கள். கிளைவ் மீர் ஜாஃபர், யார் லுதுஃப் கான், ஓமிச்சந்த் போன்றவர் களோடு ரகசிய ஒப்பந்தம் செய்துகொண்டான்.

போர் நடந்த விதம் பரிதாபகரமானது. நவாப் முகாமிட்டிருந்த இடத்தை எதிர்பாராத விதமாகத் தாக்குவதாக கிளைவ் திட்ட மிட்டிருந்தான். கிளைவ் படைக்குச் சாதகமாக பனிமூட்டம் ஏற்பட்டது. எனவே திருப்பித் தாக்க முடியாமல் நவாப் படை பின்வாங்கியது. பிரிட்டிஷ்படை நாலாப்பக்கங்களிலும் நிறுத்தி வைக்கப்பட்டன. கிளைவ் படையைச் சேர்ந்த 56 பேர் கொல்லப் பட்டார்கள். ஆனால் அதிக சேதம் நவாப்பின் படைக்குத்தான் ஏற்பட்டது. எனவே நவாப் பிரிட்டிஷோடு அலிநகர் ஒப்பந்தத்தை செய்துகொண்டார். நவாப்பின் படை மூர்சிதாபாத்திற்கு திரும்பியது.

நவாப்பின் அரண்மனையிலேயே கொஞ்சம் அதிருப்தி நிலவியது. பிரிட்டிஷ் கம்பெனியோடு வியாபாரம் நடத்திவந்த வர்த்தகர்கள் சிராஜின் ஆட்சியில் பாதிக்கப்படுவோமோ என்று பயந்தனர். கம்பெனியைச் சேர்ந்த வில்லியம் வார்ட்ஸ் இந்தத் தகவலை கிளைவின் காதுகளில் போட்டுவைத்தான். படைவீரர்களுக்குச் சம்பளம் கொடுக்கும் பொறுப்பிலிருந்த மீர் ஜாஃபரும் சதி வேலையில் ஈடுபட்டிருந்த தகவல் கிளைவை அடைந்தது. அந்த சதிக்கூட்டணியை ஆதரிப்பதாக கிழக்கிந்திய கம்பெனி முடிவு செய்தது.

மீர் ஜாஃபரிடம் ஆசை வார்த்தை பேசப்பட்டது. அவன் ஒத்துழைத்தால் நவாப்பின் நாற்காலி அவனுக்கு என்று சொல்லப்பட்டது. அந்த ஒப்பந்தத்தின்படி பாதிபடையை கல்கத்தாவிற்கும், பாதிபடையை சந்திர நகருக்கும் அனுப்பினான்.

ஜாஃபர் ரகசிய ஒப்பந்தத்தை ஓமிச்சந்திடம்கூட வெளிப்படுத்தாமல் பாதுகாத்தான். விசயத்தை மோப்பம் பிடித்த ஓமிச்சந்த் தனக்கு முப்பது லட்சம் பவுண்ட் வேண்டுமென்று அடம் பிடித்தான். இதை அறிந்த கிளைவ் இரண்டு ஒப்பந்தங்களை தயாரித்தான். ஒன்று வெள்ளைத்தாளில் ஓமிச்சந்த் பற்றி எதுவும் குறிப்பிடாமல் தயாரானது. இன்னொன்று சிவப்புத்தாளில் ஓமிச்சந்தின் பங்கையும் குறிப்பிட்டு வெளியானது. ஆனால் கடற்படை தளபதி வெள்ளைத் தாளில் மட்டுமே கையொப்பமிட்டான். அவன் கையொப்பம் சிவப்புத்தாளில் ஃபோர்ஜரி செய்யப்பட்டது. கிளைவ் தான் செய்த இந்தப் பித்தலாட்டத்தை இங்கிலாந்தின் மக்கள் சபையின் முன்பே ஒத்துக்கொண்டான். துரோகிகளையும் ஏப்பம் விடும் பெருந்துரோகி கிளைவ்.

திரைமறைவில் வெற்றிபெறுவதற்கான அத்தனை ஏற்பாடுகளையும் ஏற்கெனவே செய்துவிட்ட தெம்பில் கிளைவ் ஜூன் 14 அன்று போருக்கான அறிவிப்பை சிராஜிடம் தெரிவித்தான். சிராஜ் ஏமாளியல்லர். மீர் ஜாஃபர் துரோகம் செய்யக்கூடும் என்று எதிர்பார்த்தார். அவனிடம் பிரிட்டிஷ் வசம் சேரக்கூடாது என்று சத்தியம் வாங்கினார். பிறகு மொத்தபடையும் பிளாசிக்குச் செல்வதற்கு உத்தரவிட்டார். ஆனால் ஜாஃபர் சரியாகச் சம்பளம் தராததால் நிலுவைப்பணத்தைத் தரும்வரை நகரமாட்டோம் என்று படைகள் ஒத்துழைப்புத் தர மறுத்தன. எனவே 21 ஜூன் அன்றே நவாப்பின் படை பிளாசியை அடைந்தது.

கிளைவிற்கு குழப்பம். மீர் ஜாஃபர் படையின் ஒரு சப்பைக்குத் தலைமை தாங்குவதைப் பார்த்ததும் எங்கே அவன் நவாப்புடன் இணைந்து விட்டானோ என்கிற கலக்கம். ஆனால் மீர் ஜாஃபர் ஒப்பந்தத்தின்படி விசுவாசமாக இருக்கப்போவதாக ரகசிய செய்தியை அனுப்பினான். மற்றவர்களை கலந்தாலோசித்த கிளைவ் படையெடுப்பை நடத்தினான்.

மீர் ஜாஃபரோ கொஞ்சமும் அசையாமல் எந்த எதிர்ப்பும் காட்டாமல் போர்க்களத்தில் இருந்தான். மூன்று மணி நேரம்

சண்டை நடந்தது. எந்த முன்னேற்றமும் இல்லை. திடீரென புயல் மழை பெய்தது. பிரிட்டிஷ் வசமிருந்த தார்ப்பாய்களை உபயோகித்து வெடிமருந்துகள் நமத்துப்போகாமல் பாதுகாத்தார்கள். ஆனால் நவாப்பின் வசம் பாய்கள் இல்லை. எனவே அவர்கள் வெடிமருந்து மழையில் நனைந்து பயன்படாமல் போனது. கிளைவின் பீரங்கிப் படையோ தொடர்ந்து சுட்டுக் கொண்டிருந்தது. மீர்மதன் கான் என்கிற கெட்டிக்கார தளபதி போரில் படுகாயம் அடைந்தான். அதைக் கேட்ட சிராஜ் தன் தலைப்பாகையை கீழே போட்டு அதைக் காப்பாற்றுமாறு மீர் ஜாஃபரை வேண்டினார். மீர் ஜாஃபரும் ஒத்துழைப்பதைப் போல நடித்தான். சிராஜ் மூர்சிதாபாத்திற்கு திரும்பிப்போனால் நல்லது என்று இன்னொரு சதிகாரன் சொல்ல அதன் அடிப் படையில் ஓர் ஒட்டகத்தின் மீது ஏறிக்கொண்டு மூர்சிதாபாத்திற்குத் திரும்பிப்போய்விட்டார் நவாப்.

ஒத்துழைக்காத மீர் ஜாஃபரால் நவாப்பின் படை தோற்றுப் போனது. ஜாஃபர் கிளைவை சந்திக்க 23 ஜுன் அன்று ஒரு கடிதத்தை அனுப்பினான். அடுத்த நாள் இருவரும் சந்தித்தார்கள். கிளைவ் அவனைக் கட்டிப்பிடித்துக்கொண்டு அவனை நவாப் என்று அறிவித்து சலாம் இட்டார்.

மீர் ஜாஃபரின் துரோகம் அதோடு நிற்கவில்லை. மூர்சிதாபாத்திற்கு விரைந்து சென்று சிராஜ் தப்பிப்பதைத் தடுத்து நிறுத்தி அவர் கஜானாவை கொள்ளையடிக்க ஆலோசனை கூறினான். மாறு வேடத்தில் தப்பிய சிராஜ் ராஜ்மஹல் என்கிற இடத்தில் அடைக்கலம் புகுந்தார். ஆனால் ஜாஃபரின் சகோதரனால் காட்டிக்கொடுக்கப்பட்டு ஜாஃபரின் மகன் மீரான் மூலம் சாகடிக்கப்பட்டார்.

இதுதான் வெள்ளையர்கள் வெற்றிபெற்றதாக இந்தியச் சரித்திரம் கொண்டாடும் பிளாசி யுத்தம். இந்தியர்கள் ஒருபோதும் வீரத்தால் வெற்றிகொள்ளப்படவில்லை. நாம் துரோகத்தால் தோல்வி யுற்றோம். நயவஞ்சகர்களால் நசுக்கப்பட்டோம், அருகிலேயே இருந்து குழிதோண்டியவர்களால் புதைக்கப்பட்டோம்.

தன் தலையில் மகுடம் ஏறவேண்டும் என்பதற்காக நாட்டையே காட்டிக்கொடுத்த மீர் ஜாஃபர் இன்னமும் துரோகத்தின் அடையாளமாக வங்காளத்தில் கருதப்படுவது இயல்பான

ஒன்றே. ஆனால் அவன் வெற்றி அதிக நாள் தாக்குப்பிடிக்க வில்லை. அவன் கிழக்கிந்தியக் கம்பெனியின் பொம்மை நவாப்பாக இருந்தான். நிறைய லஞ்சத்தை கிளைவுக்கும் வாட்ஸ்க்கும் தந்தான். அப்படியும் அவனால் அவர்கள் எதிர்பார்ப்பை பூர்த்தி செய்ய முடியாததால் டச் படையை நாடினான். அப்படியும் தோற்றான். அவன் மருமகன் மீர்காசிம் மன்னனாக்கப்பட்டான். ஆனால் அவனோ பொம்மையாக இருக்க சம்மதிக்கவில்லை. எனவே மறுபடியும் மீர்ஜாஃபர் ஆங்கிலேயர்களை தாஜா செய்து நவாப் ஆனான். 1765 இல் இறக்கும்வரை நாற்காலியை ஒட்டிக்கொண்டு இறந்து போனான்.

விசுவாசமாக இருப்பவர்கள் வாழும்போது வஞ்சிக்கப்பட்டாலும் வீழ்ச்சிக்குப்பிறகு கொண்டாடப்படுகிறார்கள். துரோகிகள் உயிருள்ளவரை ஆடம்பரங்களை நக்கிக்குடித்துவிட்டு செத்த பிறகு மக்களின் கால்களுக்கு அடியில் மிதிபட்டு பலமுறை சாகிறார்கள்.

10

உடன் பிறப்பும் உலை வைக்கலாம்

மனிதனின் மரபணுவிலேயே சுயநலம் இருக்கிறது.

பரிணாம வளர்ச்சியில் தன்னை பலவீனமாக உணர்ந்த மனிதன் மாமிசம் உண்ண ஆரம்பித்தபோது புலியுடனும் சிங்கத்துடனும் ஓநாய்களுடனும் போட்டிப்போட அருகதை இல்லாமல் இருந்தான்.

அவனுடைய குறைபாடுகளை ஈடுகட்ட மூன்று உத்திகள் அவனுக்கு உதயமாயின. அவன் இரண்டு கால்களில் நிற்க ஆரம்பித்தான். அதனால் கைகள் சுதந்திரமடைந்தன. அவற்றை விருப்பம்போல் உபயோகித்துக்கொள்ள அவனால் முடிந்தது. அவன் தந்திரமுள்ளவனாக மாறினான். கண்டு பிடிக்கத் தொடங்கினான். கல்லாயுதங்கள் அவன் கைக்கு வந்தன. அவற்றை திறம்பட கையாள

கற்றுக்கொண்டான். அவன் முதலில் உருவாக்கியது சகலவிதமான பயன்பாடுகளுக்கும் ஏற்ற கல்கோடரி. அடுத்ததாக அவன் கூட்டுச்சேர்ந்து வேட்டைக்குச் சென்றால்தான் வெற்றிபெற முடியும் என்பதை உணர்ந்தான். எனவே, குடும்பங்கள் உருவாயின. மனிதனின் பரோபகாரமே சுயநலத்தின் அடிப்படையில்தான் உருவானது. ஒருவகையில் அவன் ஒத்தாசை செய்வதுகூட சுயநலத்தின்பாற்பட்டதுதான். பரிணாம வளர்ச்சியைப் பார்த்தால் அயன்ராண்டு எழுதிய சுயநலத்தின் மேன்மை என்ற புத்தகம் பயனற்றதாகப் போய்விடுகிறது.

மனிதன் அதிகம் ஆசைப்படுவது அதிகாரத்திற்குத்தான். அதிகாரம் வயோதிகர்களுக்கும் வசீகரத்தை வரவழைத்துவிடும். வாலி பத்தை உடலில் ஏற்றிவிடும் தங்கபஸ்பம் அது. படுத்துக்கிடப் பவனும் எழுந்து உட்காரும் வித்தை அதிகாரம் என்னும் அதிசய மூலிகை மருந்தில் அடங்கியிருக்கிறது. அரியாசனத்தின் சுகத்துக் காகவே அறியா சனங்களை வதைத்தவர்கள் ஆயிரம்பேர் இருக்கிறார்கள்.

அதிகாரம் கைக்கு வந்தால் ஆசைப்படுகிற அனைத்தையும் அடைந்துவிடலாம் என்பதுதான் பலரை அதன்பால் ஈர்க்கிறது. சில நேரங்களில் உடன்பிறந்தவர்களையே காவு கொடுப்பதற்கு தயாராகச் செய்கிறது.

ஒரு கட்டத்தில் தமிழகத்தில் அரையடி நிலத்திற்காக வீராப்புடன் நீதிமன்றம் சென்றவர்கள் உண்டு. அதைத் தன்பக்கம் சொந்த மாக்கிக்கொள்ள அதைக்காட்டிலும் பலமடங்கு செலவழித்தவர் களும் உண்டு. வரப்புத் தகராறில் வழக்காட சென்று வரப்பு வாதிக்குச் சொந்தமானதையும் வயல் வக்கீலுக்குச் சொந்த மானதையும் கவிதைகளாக வடித்திருக்கிறோம்.

பிரபஞ்சம் என்கின்ற பேரியக்கத்தை ஒருமுறை மனக்கண்முன் கொண்டு வந்தால் நம் இருப்பு எவ்வளவு அற்பமானது என்பதையும் நம் வாழ்வு எவ்வளவு சன்னமானது என்பதையும் அறிந்துகொள்ள முடியும். மயிரிழை அளவு சுகத்திற்காக மண்டையைப் பிய்த்துக் கொள்ளுகிறோம். சண்டையை வளர்த்துக் கொள்கிறோம்.

துரோகங்கள் தொன்றுதொட்டு நிகழ்ந்து வந்திருக்கின்றன. அதுவும் அதிகாரத்திற்காக நடந்த துரோகங்கள் எப்போதும்

தொடர்ந்து வந்திருக்கின்றன. சங்ககாலத்தைப் பொற்காலம் என்று சரமாரியாகக் கொண்டாடுகிறோம். பொற்காலங்களைவிட கற்காலங்களிலேயே மனிதர்கள் கவுரவமாக நடந்து கொண்டார்கள் என்பதை தொல்லியல் படித்தவர்கள் துல்லியமாகச் சொல்லுகிறார்கள்.

புறநானூற்றில் குமணன் என்கிற அரசனைப்பற்றி ஒரு குறிப்பு வருகிறது. குமணன் இருப்பதை வரையாது வாரிவழங்கும் வள்ளல். முதிரம் என்கிற நாடு அவன் அரசாண்ட நாடு. பழனிக்கும் உடுமலைப்பேட்டைக்கும் இடையில் இருக்கும் குமண மங்கலமே முதிரமலை என்று அக்காலத்தில் அழைக்கப்பட்டு வந்தது. அவனைப்பற்றி பெருஞ்சித்திரனார், பெருஞ்சலை சாத்தனார் என்கின்ற இரண்டு புலவர்கள் பாடியிருக்கிறார்கள்.

நன்னீர்க் குளத்திலே மீன்கள் மட்டுமல்ல, பாம்புகளும் இருக்கின்றன. ஆனால் அவை தங்களைக் காத்துக்கொள்ளவே நஞ்சைப் பிரயோகித்துக்கொள்கின்றன. எந்தப் பாம்பும் தேடிவந்து மனிதனைக் கடித்து செல்வதில்லை. மனிதனைக் கடிப்பது அவற்றிற்கு பொழுதுபோக்குமல்ல. பொழுதுபோக்கிற்காக வேட்டையாடுவது மனிதன் மட்டுமே.

மிகச்சிறந்த வள்ளலாக திகழ்ந்த குமணனுக்கு குறுமதி படைத்த தம்பி ஒருவன் இருந்தான். அவன் பெயர் இளங்குமணன். சமயம் பார்த்து படையைத் தன் கைக்குள் போட்டுக்கொண்டு, மற்றவர்கள் வறுமையை மட்டுமே தீர்க்கும் முயற்சியில் ஈடுபட்ட அண்ணனை தம்பி இளங்குமணன் நாடுகடத்தி காட்டுக்கு அனுப்பிவிட்டான்.

புலமையும் வறுமையும் அன்றும் இன்றும் தொடர்கின்றன. திரைப்படத்திற்கு பாட்டு எழுதும்வரை எந்தக் கவிஞனும் வறுமையில்தான் வாடவேண்டும். வறுமையில் வாடிய பெருந்தலைச் சாத்தனார் என்கிற புலவர் முதிரம் நோக்கிச் சென்றார். வருகிறவர்களுக்கு பொன்னையும் பொருளையும் அள்ளிக் கொடுக்கும் குமணனின் புகழ் பரவியதால் பொறாமை அடைந்தான் அவன் தம்பி என்பதையும் அரசனான அண்ணனையே போருக்கு அழைத்தான் என்பதையும் போரைத் தவிர்த்த குமணன் நாட்டை தம்பியிடம் ஒப்படைத்து விட்டு நண்பர்களோடு காட்டுக்குச் சென்றுவிட்டான் என்பதையும் புலவர் அறிந்திருக்கவில்லை.

அண்ணன் காட்டுக்குப் போனபிறகும் தம்பியின் மனம் அடங்க வில்லை. குமணன் தலையைக் கொய்துகொண்டு வருபவர்களுக்கு ஆயிரம் பொன் பரிசு என அவன் அறிவித்தான். பரிசில் பெறச் சென்ற புலவர் நிலைமையைத் தெரிந்துகொண்டு காட்டிற்குச் சென்று குமணனைப் பாடினார். பாடியவருக்கு பரிசு தர குமணன் ஏதுமில்லாத நிலையில் தன் வாளை அவரிடம் கொடுத்தான். என் தலையை வெட்டி எடுத்துச் செல்லுங்கள் என்று அறிவுறுத்தவே அவன் அவ்வாறு செய்தான். புலவர் வாளை எடுத்துக்கொண்டு போய் இளங்குமணனிடம் காட்டி நடந்ததைச் சொன்னார். உள்ளுணர்வு கொண்ட தம்பி திருந்தி அண்ணனை அழைத்து வந்ததாகக் கதை.

ஷேக்ஸ்பியருடைய சூறாவளி நாடகம் அவருடைய கடைசி படைப்பு. நாற்பத்தெட்டு வயதில் அவர் அதை உருவாக்கினார். அது ஓர் இன்பஇயல் நாடகம். படைப்பாளியாகத் தன் பணியை நிறைவுசெய்யும்போது உற்சாகத் துள்ளலில் அதை முடிக்க வேண்டும் என்று ஷேக்ஸ்பியர் கருதியதில் வியப்பில்லை. அதில் வருகிற பிராஸ்பெரோ என்கிற பாத்திரம் அவரையே குறிப்பதாகப் பலர் குறிப்பிடுவார்கள்.

பிராஸ்பெரோ என்பவர் மிலன் நாட்டு மன்னன். செங்கோலைவிட எழுதுகோலின் மீது எப்போதும் அவருக்கு நாட்டம். படிப்பதும் படித்ததை உள்ளத்தில் அடைப்பதும் அடைத்ததை அசை போடுவதும் வாசித்ததை நினைந்து நினைந்து இன்புறுவதும் அவருக்குப் பிடித்தமான செயல்கள்... அவர் நாட்டைக் காட்டிலும் தான் அமைத்திருந்த நூலகத்தையே அதிகம் நேசித்தார். எனவே ஆளும் பொறுப்பை அவரது தம்பி ஆண்டனியோவிடம் ஒப்படைத்திருந்தார். பிராஸ்பெரோவுக்கு மிராண்டோ என்று ஒரு பெண். சின்னக்குழந்தையாய் இருந்தபோதே தாயை இழந்தவள்.

நாடு நன்றாகச் சென்றுகொண்டிருக்கிறது, எந்தப் பிரச்சினையும் இல்லை என்று பிராஸ்பெரோ நிம்மதியாக இருந்தார். எந்தப் பிரச்சினையும் இல்லாமல் அமைதியாக இருந்தால் ஏதோ கலவரம் நிகழப்போகிறது என்று ஆட்சியாளர்கள் அறியவேண்டும். ஆனால் புத்தகங்களையே உலகமாகப் போற்றிக் கொண்டிருந்த பிராஸ்பெரோ நாட்டு நடப்பை கவனத்தில் கொள்ளவில்லை. அவருடைய தம்பிக்கோ அரியாசனத்தில் ஆரம்பத்திலிருந்த

அரைக்கண் முழுக்கண்ணாக மாறியது. ஒருநாள் சின்னப்படை அண்ணனை சுற்றிவளைக்க தன் மகளோடு எலிகள் இருக்கும் படகில் ஏற்றி அனுப்பப்படுகிறான். நேப்பில்ஸ் நாட்டு மன்னனோடு கூட்டுச்சேர்ந்து இந்த சதித்திட்டத்தைத் தீட்டி நடுக்கடலில் அவர்கள் சாகும்படி செய்ய முனைகிறான்.

பிராஸ்பெரோவிடம் விசுவாசியாக ஒரு பணியாள் இருந்தான். துரோகம் கழுத்தை நெரிக்கிறபோதும் நாம் நல்லவை செய்திருந்தால் யாரேனும் ஒரு விசுவாசி நமக்காக கண்ணீர் சிந்துவான் என்பதற்கு கோன்சலோ என்கிற அந்தப் பணியாள் சாட்சி. வெற்றுப்படகில் இருவரையும் தொற்றிக்கொள்ளச் செய்கிறான் ஆண்டனியோ. ஆனால் அவனுக்குத் தெரியாமல் உணவுப் பொருட்களையும் பிராஸ்பெரோ அதிகமாக நேசிக்கும் புத்தகங்களையும் அந்தபடகில் வைக்கிறான். அவர்கள் ஆள் அரவமற்ற ஒரு தீவை அடைகிறார்கள்.

பிராஸ்பெரோ மாயாஜால வித்தைகளை அந்தப் புத்தகங்கள் மூலம் கற்றுக்கொள்கிறார். பன்னிரெண்டு ஆண்டுகள் அவர்கள் அந்தத் தீவில் தனிமையில் கழிக்கிறார்கள். ஆவிகளை ஏவியும் அந்தத் தீவிலிருக்கும் சூனியக்காரியின் மகனை பணியாளாக நியமித்தும் வாழ்க்கையைக் கழிக்கிறார் பிராஸ்பெரோ. அந்தத் தனிமை வாழ்க்கையில் மாந்திரீகச் சக்தியில் அதிஅற்புதமான ஆற்றலை அவர் பெற்றுவிடுகிறார்.

அவர் எதிர்பார்த்துக் காத்திருந்த தருணம் வந்தது. ஒருநாள் ஒரு கப்பலில் நேப்பில்ஸ் நாட்டு மன்னன் அலோன்சோவும் அவன் மகன் பெர்டினாண்டும் தம்பி செபஸ்டியனும் மிலன் நாட்டை அபகரித்துக்கொண்ட ஆண்டனியோவும் இருக்கிறார்கள். அந்தக் கப்பலை கவனித்த பிராஸ்பெரோ மாயாஜாலத்தால் ஒரு புயலை உருவாக்கி அதில் கப்பலை சிக்கவைத்து விடுகிறார். அவர் மகளான மிராண்டோவுக்கு என்ன நடக்கிறது என்பதே புரியவில்லை. தந்தையைக் காப்பாற்றும்படி சொல்லுகிறாள். அப்போதுதான் அவர் நடந்ததை சொல்லுகிறான். மிராண்டோவைக் கண்ட பெர்டினாண்டு நேசம் கொள்கிறான். அலான்சோ, ஆண்டனியோ ஆகிய அனைவரும் பிராஸ்பெரோ முன்பு கைக்கட்டி நின்று அவர்கள் செய்த துரோகத்தால் தலைகுனிகிறார்கள். அவர்களை தண்டிக்க வாய்ப்பு இருந்தாலும் மன்னிப்போம் மறப்போம் என்று

பிராஸ்பெரோ அவர்களை மன்னிக்கிறார். கப்பலை தரை தட்டியதிலிருந்து மீட்கிறார். ஏரியல் என்கிற ஆவியை அழைத்து அவர்கள் மிலன் நாட்டை அடைய, கப்பலை ஆண்டனியோ மிலன் நாட்டிற்கு வந்து அரசாளும்படி அண்ணனை அழைக்கிறான். இனிமேலும் புத்தகக் கவனம் மட்டும் போதாது. மக்களின் பக்கமும் பார்வையைத் திருப்பவேண்டும் என்கிற வேட்கையோடு பிராஸ்பெரோ நாட்டிற்குத் திரும்புகிறார்.

அரசாளுபவர்களுக்கு ஆபத்து எந்தத் திசையிலிருந்து வேண்டு மானாலும் வரலாம். நெருக்கமாயிருக்கிறவர்கள்கூட பாசத்தினால் நெருங்குவதில்லை, பதவியினால் மட்டுமே நெருங்குகிறார்கள். பதவி வந்ததும் ஒட்டிக்கொள்கிறவர்கள் பதவி உதிர்ந்ததும் விட்டுச் செல்கிறார்கள்.

பதவியில் இருப்பவர்களைவிட அவர்களைச் சுற்றியிருப்பவர்களே அதிகம் அதிகாரம் செய்கிறார்கள். ஆட்சியாளர்கள் தன்னைச்சுற்றி இருக்கும் வட்டத்தை நிரந்தரமாக வைத்துக்கொள்வது சரியான அணுகுமுறை அல்ல. நம்மை அசைக்கமுடியாது என்கிற எண்ணம் வருகிறபோது நெருக்கத்தைத் தவறாகப் பயன்படுத்துபவர்கள் அதிகரித்து விடுகிறார்கள். எனவே உள்வட்டத்தில் இருப்பவர்கள் எப்போது வேண்டுமானாலும் மாற்றப்படலாம் என்கிற லகானை கையில் வைத்திருப்பதுதான் சிறந்த ஆட்சியாளர்களின் தலைமைப் பண்பு.

நிர்வாகம் என்று வந்துவிட்டால் மக்களுக்கு நன்மை செய்வது மட்டுமே நமது நோக்கமாக இருக்கவேண்டும். பொழுதுபோக்கு களை அனுபவிப்பவர்கள் சிறந்த ஆட்சியாளர்களாக இருக்க மாட்டார்கள். ஏமாற்றுவது மட்டும் மோசமல்ல, ஏமாறுவதும் மோசமானதுதான். முன்னது பேராசை, பின்னது அசமஞ்சத்தனம்.

பிராஸ்பெரோவின் சரிதம் ஒன்றை தெளிவுப்படுத்துகிறது. புத்தகம் அறிவை அகலப்படுத்துவது மட்டுமல்ல. அது ஆளுமையை அதிகப் படுத்துவதும் கூட. புத்தகம் வாழ்க்கையோடு தொடர்புப்படுத்தி படிக்கவேண்டியது. நாம்கூட சீசரைப் பற்றியோ, குமணனைப் பற்றியோ படிக்கும்போது எந்த அளவுக்கு ஒருவரை நம்மபலாம் என்பதை வரையறுக்கவேண்டும். சொந்த வாழ்க்கையில் எவ்வளவு வேண்டுமானாலும் ஏமாறலாம்... நாம் வகிக்கும் பதவியில்

ஏமாந்தால் அது நிறுவனத்திற்கு பேரிழப்பாகும். நம்மை நம்பி மக்கள் அதிகாரத்தை கையில் ஒப்படைத்திருக்கிறார்கள். எனவே நம் குடும்பத்தைச் சார்ந்தவர்களை ஒரு பெரிய வட்டத்திற்கு அப்பால் வைத்து நிர்வாகம் செய்யவேண்டும். எவ்வளவு நம்பினாலும் சிலவற்றை நாம்தான் கையில் வைத்திருக்க வேண்டும். அதீத நம்பிக்கை அவநம்பிக்கையைவிட ஆபத்தானது என்பதுதான் இலக்கியம் கற்றுத் தரும் துரோகச் சித்திரங்களின் படிப்பினைகள்.

11
புத்தர் காலத்திலேயே...

துரோகம் தூங்குவதில்லை. அப்போது தணிந்தது போன்று தோன்றினாலும் அது மறுபடியும் துளிர்த்து எழும். பழிக்குப் பழி வாங்கும் முயற்சியால் வரலாறு உருவானது; போர்கள் மூண்டன; பூமி இரத்தத்தால் புண்ணியார்ஜனம் செய்து கொண்டது.

அன்றாடம் நாம் நினைத்துப் பார்க்க இயலாத பரிணாமங்களில் துரோகத்தைப் பார்க்கிறோம். சரித்திரம் என்பதே துரோகத் தொகுப்பு தான்.

என் நண்பர் ஒருவர்; மனிதநேயமும், இளகிய மனமும் கொண்டவர். அவருடைய சார்நிலைப் பணியாளர்களை ஊக்கப்படுத்துவதையே நிர்வாக நெறியாகக் கொண்டவர். தண்டனையின்மீதும் நம்பிக்கை இல்லாதவர். மன்னிப்பே சில நேரங்களில் மகத்தான தண்டனையாக மலரும் என்பது அவருடைய சித்தம்.

அவரிடம் பல துறைகள். ஒரு துறையில் இருந்தான் ஓர் அயோக்கியன். அவன்மீதும் அவருக்குப் பரிவு. அவனிடம் சில சரக்குகள் இருந்ததால் கலைஞனைப் போல நடத்தினார் அதிகாரி. அவனோ குயுக்தி கொண்ட உள்ளத்தோடு வெளியில் கூழைக் கும்பிடு போட்டு நடந்தான்.

அவன் ஓய்வு பெறும்போது அநாமதேய கடிதம் ஒன்று வந்தது. அதில் அவன் செய்த பித்தலாட்டங்களும், தகிடுதத்தங்களும், தில்லுமுல்லுகளும் பட்டியலிடப்பட்டன. அது விசாரணை கோரிய கடிதம்.

ஆராய்ந்து பார்த்தபோது அதில் உண்மை இருப்பது புலப்பட்டது.

கடைசிநேரம் அந்தக் கடிதம் வராமலிருந்தால் உறுதியாக விழிப்புபணி ஆணைய விசாரணைக்கு அதை அதிகாரி கட்டாயம் அனுப்பியிருப்பார். ஆனால் ஓய்வு பெறுகிறபோது ஒருவர் கால்சட்டையைக் கழற்றி வீட்டுக்கு அனுப்புவதில் அவருக்கு விருப்பமில்லை.

பொருளாதாரக் குறைபாடுகளைச் சரிசெய்ய ஆணையிட்டு அரசுக்கு நட்டமின்றி அவனை வீட்டுக்கு அனுப்பினார். ஆனால் அவனோ அதற்கு கைம்மாறாக அவர் மீதே அவதூறாகச் சுவரொட்டி ஒட்டத் தூண்டினான். அவர் பெயரின்மீது சாதி சாயம் பூச முயன்றான்.

அப்பழுக்கற்ற அவருக்கு அது பெரிய அதிர்ச்சியாகவும், அவமானமாகவும் இருந்தது.

புத்தருடைய காலத்திலேயே துரோகம் தலைவிரித்தாடிய சம்பவம் ஒன்று சாட்சி.

புத்தர் சாக்கிய மரபின் குழுத்தலைவர். அவருடைய அந்தஸ்தை அரச அளவிற்கு உயர்த்தியவை மஹாயானக் குறிப்புகள். பாலி மொழியில் எழுதப்பட்ட உண்மை வரலாறு ஆச்சரியமளிக்கும் சம்பவங்களை அடக்கியது.

சாக்கிய குலம் சின்ன எல்லைக்குட்பட்டது. அதற்கு சுத்தோதனர் தலைவர். சாக்கிய நாடு கோசல நாட்டின் பகுதி. மற்றபடி புத்தரை பேரரசர் ரேஞ்சுக்கு உயர்த்தியது மிகைப்படுத்துதல்.

கௌதமர் என்றே இவர் பாலிக் குறிப்புகளில் அடையாளப் படுத்தப்படுகிறார். அவருடைய பெயர் சித்தார்த்தர் என்று எங்கும் பதிவாகவில்லை.

கௌதமர் சுத்தோதனருடைய பிள்ளை. சுத்தோதனருக்குப் பல சகோதரர்கள். சுத்தோதனர், தொத்தோதனர், சக்கோதனர், சுக்லோதனர், சுழிதோதனர் என்று அவர்கள் பட்டியல். அமீதா, பமீதா என இரு சகோதரிகள்.

கௌதமர் துறவை மேற்கொண்டதால், அவருடைய முதல் சிற்றப்பா மகன் மஹாநமா என்பவன் இருந்தான். புத்தருடன் சகல நேரமும் இருந்த ஆனந்தருடைய சகோதரன். அவன் அப்படி இப்படி காய் நகர்த்தி சாக்கிய குலத்தின் ஆளுநரானான்.

சாக்கிய மரபு கோசலத்திற்குக் கட்டுப்பட்டிருந்தாலும் தங்களை தூய சுத்தம் உடையவர்களாகக் கருதும் தன்முனைப்பும் ஆணவமும் கொண்டவர்கள். அவர்கள் வேறு எந்த இனத்திலும் பெண் கொடுக்க விரும்பாதவர்கள்.

கோசல நாட்டின் மன்னன் பாசனதி. அப்போது மகதமும், கோச லமுமே பேரரசுகள்.

பாசனதிக்கு மனைவி மூலம் மகன் பிறக்கவில்லை. அவன் மகதத்தின் பிம்பிசாரனின் தங்கை தேவியை மணந்தான். அரசாங்க வசதியே திருமணங்களைத் தீர்மானித்தது. இது தற்போதைய கூட்டணி போல.

மகன் இல்லாத வருத்தம் பாசனதியை வாட்டியது. ராணுவ திக்விஜயத்திற்குப் பின்பு திரும்பிக் கொண்டிருந்த அவன் காதுகளில் இனிய இசை ஒன்று தழுவியது. நாதம் வந்த இடம் தேடி அவன் போனபோது, அங்கு மாலை கட்டுபவனின் மகள் மல்லிகா இருந்தாள். அவள் மடியில் படுத்தான் மன்னன். அவளை அரண்மனை அழைத்து வந்து ராணியாக்கினான்.

மல்லிகா கருவுற்றாள். அவளுக்கும் மகன் பிறந்ததால் மன்னனின் வாரிசு பிரச்சினை தீரவில்லை.

அதிக வாரிசுகள் இருந்தாலும் பிரச்சினை... வாரிசேயில்லாமல் போனாலும் பிரச்சினை. பாசனதி இன்னொரு மனைவியைத்

தேடினான். அவன் சாக்கிய மரபிலிருந்து ஒரு பெண்ணை மணக்க விரும்பினான். புத்தரிடமிருந்த சிநேகத்தால் சாக்கிய மரபில் பெண் எடுத்தால் ஆண் வாரிசு உதயமாகும் என்று கருதினான்.

மஹாநமாவின் மகள் வசபாவை மணக்கத் தேர்ந்தெடுத்தான். அவன் எதிர்பார்ப்பு ஏனோ வீணாகவில்லை. அவள் விதுதபா என்கிற ஆண் மகவை ஈன்றெடுத்தாள். இப்போது பாசனதிக்கு மகிழ்ச்சி. அவன் புத்தருடைய மாணவன்; ரத்த உறவில் நெருக்கமானவன்.

உண்மை வேறுவிதமாக இருந்தது.

மஹாநமா ஓர் அடிமைப் பெண்ணோடு உறவு வைத்திருந்தான். அவள் பெயர் நாகமுண்டா. சாக்கிய ஆணவம் தங்கள் இன விதை வேறு ரத்தத்தில் கலப்பதை ஒருபோதும் விரும்பாது, அவர்கள் தங்கள் இனத்திலேயே கொடுக்கல் வாங்கல் செய்பவர்கள். இன்றுகூட தமிழகத்தில் சில சாதிகளில் அப்பழக்கம் உண்டு. வேறுபகுதியில் இருக்கும் அதே சாதி மக்களிடம் கூட சம்மந்தம் வைக்க மறுப்பார்கள்.

இப்போது உறவுக்காக கைநீட்டுபவன் பாசனதி. கோசல சாம்ராஜ்ய மன்னன் நீட்டுகிற கைகளுக்கு கொடுக்காவிட்டால் கோசலம் சாக்கியத்தை கொசு நசுக்குவது போல நசுக்கிவிடும். எனவே தந்திரம் செய்தான். குயுக்தி கொண்ட மஹாநமா உன்னத பெண்மணி என்று உரைத்து பாசனதிக்கு மணம் முடித்தான்.

மிகப்பெரிய ஒற்றர் படை இருந்தும் இந்தச் செய்தி பாசனதியின் செவிகளைச் சென்று சேரவில்லை. சில நேரங்களில் தொடர்புடையவர்களுக்குத்தான் ரகசியம் கடைசியாகச் சென்று சேரும்.

ஏமாற்று வேலைகளும் செப்படி வித்தைகளும் நிரந்தரமாகக் கம்பளத்தடியில் மறைக்கப்படுவதில்லை. விதுதபா சின்னக் குழந்தையாக இருந்தபோது சாக்கியத்திற்குச் செல்ல நேர்ந்தது. கோசல வாரிசு என்ற முறையில் பெரிய யானை மீது அமர்ந்து மிகப்பெரிய ஊர்வலத்துடன் கௌரவமாக நடத்தப்பட்டது நிழலாய் அவன் நினைவில் ஓடியது.

அவன் சிறுவனானான். அவனுக்குத் தாய்வழி உறவில் விளை யாட்டுப் பொம்மைகள் வழங்கப்படாமலிருப்பது வருத்தமாக இருந்தது.

"எனக்கு மட்டும் ஏன் தாத்தாவிடமிருந்து பரிசுகள் இல்லை?" என அவன் அடிக்கடி தாயை நச்சரிப்பான். சாக்கியத்தின் கபிலவஸ்து தொலைதூரம் இருப்பதால் இந்த இடைவெளி என்று சமாதானம் சொல்வாள் வசபா. அவனது தொடர்ந்த தொந்தரவால் அவன் மட்டும் கபிலவஸ்து சென்றுவர அவள் இசைவு தந்தாள்.

மஹாநமா விதுதபாவையும், அவன் அணியையும் கைநீட்டி வரவேற்று அரச மாளிகையில் அமர வைத்தான். தாத்தாவைத் தவிர அவனுடைய ஒரே ஒரு மாமன் மட்டுமே அவனைச் சந்திக்க வந்து வாழ்த்தியது குறித்த புதிர் விதுதபாவை யோசிக்க வைத்தது. 'ஏன் வேறு யாரும் என்னை வரவேற்கவில்லை; வாழ்த்தவில்லை; பரிசுகள் தந்து உச்சி முகரவில்லை. இத்தனை ஆண்டுகள் கழித்து வந்திருக்கிறோமே! நம்மைப் பார்க்க இவர்களுக்கு ஆர்வமிருக்காதா! ஏன் இந்த விசித்திரம்?' என்று மனத்திற்குள் குமைந்தான்.

எல்லா ராஜ வம்சத்தினரும் கிராமப் பகுதிகளுக்குச் சென்று விட்டதாக அவனுக்கு சொல்லப்பட்டது. அவனும் சமாதானம் அடைந்தான்.

அவனுக்களிக்கப்பட்ட உபச்சாரமோ உயரிய ரகமாக இருந்தது. அருமையான அறுசுவை விருந்து; வாசனை திரவியம் தெளித்த இளஞ்சூட்டுக் குளியல்; கவரிவீச கவர்ச்சியான கன்னியர்; படுத்துறங்க மலர் தூவிய மஞ்சம்; எச்சில் துப்ப வெள்ளிக் கிண்ணம்; அறை முழுவதும் சந்தன எண்ணெயில் எரியும் வண்ண தீபங்கள். கபிலவஸ்துவில் கழிந்த பொழுதுகள் இனிப்புத் தடவிய கவிதைகளாக விதுதபாவிற்குத் தெரிந்தன.

எல்லாம் சில நாட்களே தாக்குப் பிடித்தன.

கண்ணீர்க்கசிய பிரிவு உபசாரம். கலங்கிய விழிகளுடன், கசங்கிய மனத்துடன் மஹாநமா வழியனுப்பினான். திரும்பவே மனமின்றி விடைபெற்றான் விதுதபா.

ஒட்டுமொத்த படைக்கலமும் கிளம்பின. சிறிது தூரம் சென்றதும், ஒரு சிப்பாய் வாளை மறந்ததால் அரச மாளிகைக்கு படையிலிருந்து பிரிந்து திரும்ப நேர்ந்தது.

அப்போது ஒரு பெண், விதுதபா அமர்ந்திருந்த இருக்கையைக் காட்டி 'இங்குதான் அந்த அடிமைப்பெண் வசபாவின் மகன் அமர்ந்தான்' என்று பல்லைக் கடித்தவாறு சொல்லிக்கொண்டே பால் தெளித்து சுத்தப்படுத்துவதைப் பார்த்த அந்த சிப்பாய் அதிர்ச்சி அடைந்தான். 'கோசல நாட்டு வாரிசுக்கு இந்த நிலையா' என அவன் மனம் அங்கலாய்த்தது. அவன் கண்ட காட்சியை உடன் வந்த கோசலத் தளபதி காரயாணாவிற்குத் தெரிவித்தான். அதைக்கேட்ட தளபதியின் கண்கள் ரத்தச் சிவப்பாயின.

இளவரசன் காதுகளையும் இந்த அவமானச் செய்தி அடைந்தது.

அவன் தலை வெட்கத்தால் குனிந்தது. கண்கள் சிவந்தன. உதடுகள் துடித்தன. உள்ளம் பதறியது.

''இந்த சாக்கியர்கள் நான் அமர்ந்த இருக்கையை பாலால் அலம்புகிறார்களா! நான் அரியணையில் அமர்ந்ததும் இந்த ஆசனத்தை அவர்கள் கழுத்துக் குருதியால் கழுவுவேன்" என அந்த இடத்திலேயே வீர சபதமிட்டான்.

பாசனதிக்குத் தகவல் தெரிந்தது. அவன் வசபாவையும், விதுத பாவையும் அரச மரியாதைகளை உரித்து அவமானப்படுத்தினான். தலையைச் சிரைத்து, சாக்குப்பை உடையளித்து அவர்களை அடிமை வாழ்க்கைக்கே மீண்டும் அனுப்பி வைத்தான்.

கௌதமர் காதுகளுக்கு இந்த சம்பவம் வந்ததும், அவர் கோசல அரண்மனைக்கு வந்தார். பாசனதியிடம் 'சாக்கியர்கள் செய்தது மாபெரும் குற்றம்' என ஒத்துக்கொண்டார். இதில் வசபாவிற்கும், விதுதபாவிற்கும் யாதொரு பங்கும் இல்லை என்று வாதாடினார்.

உணர்ச்சிபூர்வமாக அவர்களிடம் நெருக்கம் கொண்ட பாசனதிக்கு அப்போது வயது எழுபது. நரை உள்ளத்தையும் இளக வைக்கும் தன்மை கொண்டது. மன்னன் மன்னித்தான். மகன், மனைவியை மறுபடி அரவணைத்தான்.

அதற்குப் பின்னர் ஓராண்டு கழிந்தது.

பாசனதிக்கு புத்தரைப் பார்க்கும் ஆர்வம். புத்தர் தங்கியிருந்த இடத்திற்கு அருகில் வந்தான். அவனுடன் அவன் தளபதி காரையானாவும் இருந்தான். புத்தர் தங்கியிருந்த பூங்காவிற்கு அரச உடையில் செல்ல விரும்பாத பாசனதி, மகுடத்தையும், பாதக் குறடுகளையும், வாளையும் கொடுத்துவிட்டு ஆயுதமின்றிச் சென்றான். புத்தரின் கால்களைக் கண்ணீரால் கழுவினான். வெகுநேரம் இந்த சத்சங்கம்.

புத்தரின் குடிலிலிருந்து திரும்பியபோது பாசனதிக்கு அதிர்ச்சி காத்திருந்தது. தளபதியைக் காணவில்லை. ஒரே ஒரு குதிரை, பணிப்பெண் இருவர் மட்டுமே தென்பட்டனர். காரையானாவின் மாமனை பாசனதி கொன்ற தழும்பு தளபதி இதயத்தில் ஆறாமல் இருந்தது. அவன் தன் தாய்மாமன் பந்துலாவைக் கொன்றதற்குப் பழிவாங்கும் தருணத்திற்குக் காத்திருந்தான்.

அவன் வாளோடும், தலைப்பாகையோடும் சென்று விதுதபாவிடம் மன்னர் அரசாட்சியை மகனிடம் ஒப்படைத்ததாகப் பொய் சென்னான். அது விதுதபாவிற்கு வசதியான பொய்.

கௌதமர் விதுதபாவை சாந்தப்படுத்த முயன்றார். அது பலிக்க வில்லை. விதுதபாவின் படை கபிலவஸ்து சென்றது. மார்பில் பால் அருந்தும் குழந்தையைக் கூட அது விட்டு வைக்கவில்லை.

பாசனதி மகதத்தை ஆண்டு கொண்டிருந்த பிம்பிசாரனின் மகன் அஜாதசத்துவை சந்திக்கச் சென்றான். ராஜகட் என்ற அவன் தலைநகருக்கு கங்கையைக் கடந்து அவன் அடைந்தான். இரவு நேரம். கோட்டைக் கதவுகள் மூடப்பட்டிருந்தன. அஜாதசத்து சம்மந்தி என்பதை அங்கீகரிக்க மறுத்த கோட்டைக் காவலர்கள் பாசனதியை உள்ளே விட மறுத்தனர்.

இரவு விடிந்தது; பாசனதி இறந்திருந்தான்.

துரோகங்கள் மகான்கள் பிறந்த இனங்களையும் துரத்துகின்றன. மகத்தான மனிதர்களையும் களங்கப்படுத்துகின்றன. நாம் இழைக்கும் செயல் எப்போது வேண்டுமானாலும் வெடிக்கும் காலக்குண்டு என்பதே அறிவார்ந்தவர்கள் அறிய வேண்டிய செய்தி.

12

துரோகம் எனும் தொடர்கதை

துரோகம் எனும் சங்கிலித் தொடர்

துரோகம் என்கிற தீமை தீயைப் போன்றது. அது தின்னத் தின்ன இன்னும் வேண்டும் என்று அடம் பிடிக்கும் ஆர்ப்பாட்ட தீ. சூழலே காற்றாக, அழிவே சாம்பலாக, குரூரமே நெருப்பாய் பழிவாங்கும் எண்ணமே விறகாக எரியும் அந்த விசித்திர தீயின் சுழலில் சிக்கிக் கொண்டவன், ஒரு முறை துரோகம் தருகின்ற எதிர்பாராத பலன்களைச் சந்தித்தபிறகு, அந்தக் குறுக்கு வழியையே பிடித்துக் கொள்கிறான். அதனால்தான் ஒரு முறை கையூட்டு வாங்குபவன் பிடிபட்ட பின்பும் மறுபடியும் கையேந்த கவலைப் படுவதில்லை. விடைதாளைத் துரத்தி தேர்ச்சி பெறலாம் என நினைப்பவன் ஒருபோதும் தேர்வுக்குப் படிக்கமாட்டான்.

கையூட்டு என்பது அரசுக்கோ, சார்ந்திருக்கும் நிறுவனத்திற்கோ செய்யப்படும் துரோகம்தானே! ரகசியக் காப்புப் பிரமாணங்களை தகவல் அறியும் உரிமைச் சட்டம் தவிடு பொடியாக்கிவிட்டது.

துரோகம் எல்லோரையும் சஞ்சலப்படுத்தி விடக்கூடிய போதை. நேர்மையுடன் திகழ்பவனும் ஒருமுறை துரோகத்தை சந்தித்து விட்டால், விரக்தியின் விளிம்பிற்குச் சென்று, 'நாம் உண்மையாக இருந்து என்ன சாதித்தோம்?' என்று எண்ணி 'வெற்றி பெற துரோகமே துருவ நட்சத்திரம்' என்று கரையேற முயலுகிறான்.

நாடோடிகளாகத் திரிந்தவர்கள் 'ஆஸ்ட்ரகாத்' என்னும் இனம்.

நாடில்லாதவர்களுக்கு வீடும் இருக்க முடியாது.

அப்படிப்பட்ட இனத்திற்கு மின்னும் ஈட்டியாக வேகமாய் இயங்கும் இலக்குத் தவறாத வீரனாக வந்து உதித்தான் தியோடெரிக். அந்த இனமோ பிளவுபட்டுக் கிடந்தது.

ஒன்றில் மன்னன் தியோடெரிக்

மற்றொன்றிற்கு ட்ரையாரிஸ்.

இரண்டு பேருமே ரோமாபுரியில் கோவணம் போன்ற பகுதியில் குடியிருந்த குறுநிலத் தலைவர்கள். அவர்களை ஆண்ட மன்னன் ஜெனோவின் குறுகிய உள்ளத்தால் குறுநிலத் தலைவர்களாகவும் அவர்கள் நீடிப்பதை அவன் விரும்பவில்லை. பொறுத்துப் பொறுத்துப் பார்த்த ட்ரையாரிஸ் ஜெனோவை எதிர்த்துக் கிளர்ச்சி செய்தான்.

''நீ ட்ரையாரிஸை ஒடுக்கு. உனக்கு உதவி செய்கிறேன்'' என்று பொய் வாக்குக் கொடுத்து தியோடெரிக்கை ஜெனோ களத்தில் இறக்கினான். துணிந்து முன்னேறினான் தியோடெரிக். ஒரு சிப்பாயைக் கூட ஜெனோ அனுப்பவில்லை.

இரு மான்கள் மோதட்டும் என்று நாக்கைத் தொங்கப்போட்ட நரியாய் இருந்தான் ஜெனோ. தமிழர்கள் போல ஆஸ்ட்ரகாத் மக்கள் இனத்துக்குள் இடவில்லை போர். அவர்கள் கை கலக்காமல் கைகுலுக்கினார்கள்.

ரோமாபுரி தளபதி அவர்கள் படைகள் மீது பலமாக மோதி பலத்த சேதத்தை உண்டாக்கினான். பிடிபட்ட தியோடெரிக்கைக்

கொல்ல கட்டளையிட்டான். ஆனால் சாதுரியமாகத் தப்பித்தான் தியோடெரிக்.

அவன் அடிபட்ட நாகமானான்; பிடிபட்ட வேங்கையானான். துரோகத்தை எண்ணி அசைபோட்டான். அவன், ‘மனிதர்களை இனிமேலும் நம்பி பயனில்லை’ என்று கறுவிக்கொண்டான்.

விதி அவனுக்கு வசமானது ...

ட்ரையாரிஸ் மீண்டும் ஜெனோவோடு கிளர்ச்சி செய்யக் கிளம்பினான். அப்போது அபாயமாக அடிபட்டு ட்ரையாரிஸ் மரணமடைந்தான். அவன் மகனை தந்திரமாக விருந்துக்கு அழைத்தான் தியோடெரிக். அன்பு செய்ய அழைக்கிறான் என எதிர்பார்த்து வந்திருந்தவனை எதிர்பாராத நேரத்தில் பூவிற்குள் ஒளிந்த கருந்தேளாய் கொன்று தீர்த்தான் தியோடெரிக்.

அப்போதும் அவன் வஞ்சம் அடங்காத தீயாக இருந்தது. ‘இன்னும் எத்தனை நாட்கள் சாமான்களை கட்டி தூக்கிக் கொண்டு எம் மக்கள் ஊர் ஊராக அலையப் போகிறார்கள்?’ என அவன் மனம் யோசித்தது.

இப்போது ஆஸ்ட்ரகாத் மக்களுக்கு அவன் ஒருவனே தலைவன். பொறுப்பு அவன் தலைமேல் மட்டுமே. தொடர்ந்த கிளர்ச்சி களாலும், எதிர்த்துக் கிளம்பிய எழுச்சிகளாலும் ரோமாபுரி மஞ்சள்காமாலையில் படுத்தவன் போல் நோஞ்சானாய்க் கிடந்தது. ஆனாலும் அவர்களுக்குக் கட்டளைகள் பிறப்பிக்கும் கலகலப்பான நிலையில் ஆஸ்ட்ரகாத் மக்கள் வலுவாக இல்லை.

ஜெனோ ஒரு தூண்டிலோடு வந்தான். அதில் புழு கொஞ்சம். மாட்ட இருக்கும் மீனோ பெரிது.

இத்தாலியின் மன்னன் ஒடாவசீர். அவன் ஜெர்மனியின் தளபதி. அவனை நொறுக்கித் தள்ளும்படி உடன்படிக்கையை விரித்தான் ஜெனோ.

ஜெனோ என்பவன் சூழ்ச்சியின் சூத்திரதாரி.

தியோடெரிக் தோற்றால், அதுவே ஆஸ்ட்ரகாத் மக்களுக்குச் சாவுமணி.

வென்றால், அவன் இத்தாலியை ஆள அனுப்பப்படுவான். எனவே தலைவலி கூப்பிடும் தூரத்தில் இருக்காது.

ஆயிரக்கணக்கான வண்டிகள், விலங்குகள், ஆடு மாடுகள் ஆகியவற்றைப் பரிவாரமாகக் கொண்டு அவர்கள் அசைந்து அசைந்து முன்னேறினர். ஒடாவசீர் படைகளைத் தயார் செய்து தற்காப்புக்காக ஆவலுடன் அணிவகுத்திருந்தான்.

படையெடுப்பில் முன்னேறுபவன் கை ஓங்குகிறது; காத்திருப்பவன் பக்கம் குடை சாய்கிறது. ஒடாவசீர் ஓட்டம் கண்டான். அவன் வெரனோவிற்குப் பின்வாங்கி அங்கு முகாமிட்டான். அங்கிருந்து தப்பிக்கும் வழியிலிருந்த பாலத்தைத் தகர்த்து எறிந்தான்.

'இப்போது உயிருள்ளவரை தீவிரமாகப் போராடுவதைத் தவிர வேறு வழியில்லை என வீரர்கள் பொறிபறக்க போராடுவார்கள்' என்பது அவன் திட்டம். ஆனால் புயலைப் போல் அணிவகுப்பைக் கிழித்துக்கொண்டு தர்பூசணிக்குள் நுழையும் கத்தியானான் தியோடெரிக். அவன் வாளைச் சுழற்றிய வேகமும், குதிரைகளை முடுக்கிவிட்ட புழுதியும் ஒடாவசீரை பயமுறுத்த, அவன் ஏற்படுத்திய தடையை உடைத்துக்கொண்டு 'தப்பித்தோம், பிழைத்தோம்' என்று தலைதெறிக்க ஓடினான்.

ஒடாவசீரின் தலைமை நிர்வாகி டூஃபா.

தலைவனே தப்பித்ததைப் பார்த்ததும், முண்டமாய் உணர்ந்து முண்டா பனியனுடன் தியோடெரிக் முன்பு நிறைய ஜெர்மனிய துருப்புகளுடன் டூஃபா சரணடைந்தான்.

மறுபடி ஏமாந்தான் தியோடெரிக். அவர்கள் வணக்கமும், சரணும் உண்மை என்றெண்ணி அவர்களைத் தன்னுடைய படையிலேயே இணைத்துக்கொண்டான்.

அதோடு ஒடாவசீரை முற்றுகையிட்டு முற்றிலுமாக அழிக்கவும் தன் படைவீரர்களை அனுப்பினான். ஆனால் மன்னனைக் கண்டதும், கைகளை விரித்து ஆரத்தழுவி அவர்களோடு ஜோதியில் கலந்தான் டூஃபா. அவனோடு சென்ற ஆஸ்ட்ரகாத் வீரர்கள் சுற்றி வளைக்கப்பட்டனர். அவர்களை கசாப்புக் கடையில் ஆடு வெட்டுவதைப்போல வெட்டித் தீர்த்தனர் ஜெர்மனிய துருப்புகள்.

தியோடெரிக் சோர்ந்து இருக்கவில்லை. பதுங்கினான். விசிகாத் மக்களையும் உடன் சேர்த்துக்கொண்டு இரட்டிப்பு பலத்துடன் மண்டைக்கு மண்டை மோதும் வேகத்தில் விரைந்தான். மறுபடியும் உயிர்பிழைத்தான் ஒடாவசீர்.

தியோடெரிக்கின் இடைவிடாத முயற்சியின் காரணமாக, கடினமான சூழல்களிலும் படைவீரர்களைத் தீரமாகப் போர்புரிய வைக்கும் வீரம் அங்கு விளைந்தது. எதிரியின் தலைமையோ அச்சத்தின் அடித்தளத்தில் ஆட்டம் கண்டது. தியோடெரிக் முக்கியமான பகுதியைக் கைப்பற்றினான். ஒடாவசீர் படைக்கு உணவுப்பொருட்கள் செல்வது முற்றிலுமாகத் தடுத்து நிறுத்தப் பட்டது. கடற்கரைப் பகுதியை வளைத்த ரோந்துப் படையினர் நீர் மார்க்கமாகவும் உணவு செல்வது நிறுத்தப்படுவதை உறுதி செய்தனர். ஜெர்மனிய மக்களும், துருப்புகளும் துறுதுறுவென இருக்க முடியவில்லை. பட்டினி அவர்களைப் பதம் பார்த்தது.

ஒடாவசீர் சரணடைந்தான்.

தியோடெரிக் எதிரியை மன்னிப்பதாகவும், அவனோடு இத்தாலியின் அரசாட்சியைப் பங்கு போட்டுக்கொள்வதாகவும் ஒப்புதல் அளித்தான்.

''வாருங்கள் நண்பரே! நம் நட்பைக் கொண்டாடலாம். இன்று இரவு மகிழ்ச்சியாக விருந்து உண்ணலாம்.''

இப்போது டூஃபாவின் துரோகம், ஜெனோவின் துரோகம்... என எதையும் மறக்க முடியாமல் தடுமாறினான்.

இரவு பலத்த காவலோடு மிடுக்காக நெஞ்சை நிமிர்த்தி விருந்துக்கு வந்தான் ஒடாவசீர். அவனை ஓடிவந்து உள்ளே அழைத்துச் சென்ற தியோடெரிக் அவன் எதற்கோ பின்னால் திரும்பியபோது, தன் உடைவாளை உருவி ஒரே வெட்டில் இரண்டாகப் பிளந்தான்.

'இவன் முதுகெலும்பற்ற பிராணி; கோழை' என்று கொக்கரித் தான் தியோடெரிக். துரோகி டூஃபாவும் வேறொருவனால் வெட்டி வீழ்த்தப்பட்டான்.

பராரிகளாக நாடிழந்து தவித்த ஆஸ்ட்ரகாத் மக்களுக்கு இருக்க வீடும், அடையாளத்திற்கு நாடும், முகவரிக்கு வீரமும் கிடைத்தன.

அடுக்கடுக்கான துரோகங்கள் நல்லவர்களையும் நம்பிக்கை இழக்கச் செய்துவிடும் என்பதற்கு தியோடெரிக் வாழ்வே சாட்சி.

புதிதாகப் பணியேற்றிருந்த சாராட்சியர் துள்ளும் உற்சாகம், துடிக்கும் ஆர்வம், துலங்கும் தூய்மை எனப் பணியில் தூள் கிளப்பினார். வருகிற மனுவை எல்லாம் ஆராய்ந்து, அவற்றைக் கள ஆய்வு செய்து நடவடிக்கை எடுத்து சரகத்தையே கலக்கி வந்தார். கையொப்பத்திற்கு வருகிற கோப்புகள் கச்சிதமான திருத்தங்களுடன் அடுத்த நாளே துள்ளிக்கொண்டு துறையை அடையும்.

அப்போது அரசிற்குச் செலுத்த வேண்டிய தொகையை செலுத்தாமல் இருந்தது ஒரு நிறுவனம். ஆய்வு செய்யும்போது மாவட்ட ஆட்சியர் 'தரவில்லை என்றால் நடவடிக்கை எடுக்க வேண்டியதுதானே!' என உசுப்பினார். இளைஞராக இருந்த சாராட்சியர், ஆட்சியர் சொன்னதை வேதவாக்காக எடுத்துக்கொண்டு அதிரடி நடவடிக்கையில் ஆழமாய் இறங்கினார்.

முறையாகத் தாக்கீது அனுப்பினார். சாட்சிகளைப் பதிவு செய்தார். பிறகு பறிமுதல் நடவடிக்கையோடு முற்றுப்புள்ளி வைத்தார்.

முற்றுப்புள்ளி வைக்கப்பட்டவனோ முக்கியப்புள்ளி. முரண்டு பிடித்தவருக்கோ மேலே பலரைத் தெரியும் என்ற முரட்டு தைரியம். தகவல்கள் குறுக்கும் நெடுக்குமாகப் பறந்தன.

ஆட்சியருக்கு அடுக்கடுக்காகத் தொலைபேசித் தொல்லைகள். அவர், 'எனக்குத் தெரியாது' என்று கையை விரித்துவிட்டார். சாராட்சியருக்குத் தொலைபேசி 'கண்டனமும்' தெரிவித்தார். பறிமுதல் செய்ததை திருப்பித் தரவும் அந்த வட்டாட்சியருக்கு கட்டளை பிறப்பித்தார்.

துணிச்சலாய் நடவடிக்கையில் இறங்கிய சாராட்சியர், சாரத்தை இழந்தார். விடுப்புப் போட்டுவிட்டு ஒரு மாதம் வீட்டிலேயே இருந்தார்.

ஆணை பிறப்பித்தவரே பின்வாங்குவதையும், தன்னையே பலிகடாவாக்குவதையும் அவர் ஒருபோதும் எதிர்பார்க்க

வில்லை. அவர் மனநிலை பிறழ்ந்தது. அவருடைய தன்னம்பிக்கை சிதைந்தது. அவருக்குள் பயம் விஸ்வரூபம் எடுத்தது.

அதற்குப் பிறகு அவர் எந்த முக்கியப் பொறுப்புகளையும் வகிக்க முன்வரவில்லை. ஒதுங்கிப் போனார். இறுதிவரை அவர் பெயர் தெரியாத பதவிகளை வகித்து பணியில் இருக்கும்போதே ஓய்வுபெற்று விட்டாரோ என நினைக்கும்படியாக இருந்துவிட்டு ஒருநாளில் யாருக்கும் தெரியாமல் கால்களுக்கடியில் நசுங்கும் சிற்றெறும்பைப் போல ஆரவாரம் இல்லாமல் பணியை நிறைவு செய்தார்.

அவர் மேலதிகாரியே துரோகம் செய்வார் என எதிர்பார்க்கவில்லை. வாட்டசாட்டமாக வந்திருக்க வேண்டியவரை, துரோகம் சுருக்கி விட்டது.

துரோகம் எப்போதும் நிகழ்வுகளின் தொடர்ச்சி.

அது தலைமுறைகளைத் தாண்டியும் நீடிக்கும் வன்மம்.

13
இறுதியாக...

மனித வரலாறு துரோகங்களின் ரத்தத்தால் எழுதப் பட்டதுதான் என்று பல்வேறு வரலாற்று ஆய்வு களைப் படிக்கும்போது நமக்குத் தெரிகிறது. மனிதன் உடல் ரீதியாக பரிணாம வளர்ச்சியைப் பெற்றிருந்தாலும் அவன் மேல்தோலைக் கீறினால் அவனுக்குள் இருக்கும் மிருகம் வெளிப்பட்டு விடுகிறது என்பதையே இந்தக் குறிப்புகள் உணர்த்து கின்றன.

பதவியும் பணமும் வசதியும் முக்கியம் என்று நினைக்கிற நான்காம் தர மக்களுக்கு மனிதர்கள் இரண்டாம் பட்சமாக ஆகிவிடுகிறார்கள். 'நமக்காக

உதவியவர்களை ஏமாற்றி விட்டோமே! எப்படி அவர்களை சந்திப்பது?' என்று சிறிது கூட குற்ற உணர்வு ஏற்படுவது இல்லை. தவறு செய்கிறவர்கள் எல்லாம் துணிச்சலாக வலம் வருவதும் நியாய வான்கள் எல்லாம் பணிவோடு நடப்பதும் நாம் அன்றாடம் காணும் விசித்திர காட்சிகளாக இருக்கின்றன.

துரோகங்களில் எந்தத் துரோகம் மிகவும் கொடுமையானது என்று வரையறுக்க முடியாது. எல்லாவற்றிலும் குழந்தைகள் பெற்றவர்களையே அலட்சியப்படுத்துவதும் அவமானப்படுத்துவதும் மிகப்பெரிய துரோகமாகத் தோன்றுகின்றது. அவற்றையும் சரித்திரம் தொடர்ந்து சந்தித்துக்கொண்டுதான் இருக்கிறது.

பதவிக்காக அப்பாவைச் சிறையில் அடைத்தவர்கள், பட்டினி போட்டுக் கொன்றவர்கள், பாகத்தைப் பிரித்துக் கொடுத்ததும் அனைத்தையும் பிடுங்கிக் கொண்ட மகள்கள் என்று சரித்திரத்திலும் இலக்கியத்திலும் பரிதாபமான நிகழ்வுகளைப் படித்துக் கொண்டுதான் இருக்கிறோம். ஆனாலும் நாம் நம்மை யாரும் ஏமாற்றமாட்டார்கள் என்று திடமாக நம்புகிறோம்.

இரவு சம்பளத்தைப் பெற்றுக்கொண்டு நம்மிடம் சிரித்துக் கொண்டே விடை பெறுகிற வேலைக்காரி மறுநாள் காலையில் வந்தால்தான் உண்டு என்கிற நிச்சயமற்ற சூழலில் நகர வாழ்க்கை நகர்ந்துகொண்டிருக்கிறது. நேற்று வரை செய்த அனைத்து நல்லவற்றையும் ஒரு நொடியில் மறந்துவிட்டு நம்மை ஒருமையில் அழைத்துப் பேசுகிற துணிச்சலோடு பலர் திகழ்வதையும் சந்தித்துக்கொண்டுதான் இருக்கிறோம். சில சமயங்களில் இவ்வளவு அசிங்கங்கள் நடந்த பிறகும் உயிர் வாழ்ந்து கொண்டிருக்கிறோமே என்கிற விரக்தியும் ஏற்படத் தான் செய்கிறது.

விரக்தியை ஏற்படுத்துவது இந்த நூலின் நோக்கமல்ல. உலகம் எப்போதும் ஒரே மாதிரிதான் இருக்கிறது. மிகப்பெரிய சாதனையாளர்களைச் சுற்றியும் நயவஞ்சகர்கள் சூழ்ந்துகொண்டுதான் இருந்திருக்கிறார்கள் என்பதும் தெரிந்தால் இன்று நாம் சந்திக்கின்றவை சாதாரணமானவை என்று உணர்ந்து கொள்ளலாம்.

எந்த நேரத்திலும் எச்சரிக்கையாக இருக்க வேண்டும். மனத்திலிருப்பதை வெளிப்படையாகப் பேசுகிறேன் பேர்வழி

என்று ஒருபோதும் நாம் கொட்டிவிடக் கூடாது. அவை எப்போது வேண்டுமானாலும் நமக்கே எதிராகத் திரும்பலாம். பொதுவாகவே மற்றவர்களை விமர்சிப்பதைத் தவிர்ப்பது நல்லது. நம்முடைய கையிருப்பில் நம் வாழ்க்கையை நகர்த்த வேண்டிய செல்வத்தை வைத்துக் கொள்வது அவசியம். யாரை நம்பியும் கையில் பணமில்லாமல் வாழ முடியாது. உறவுகள் வீட்டுக்குள் ரத்தத்தின் அடிப்படையிலும் பொருளாதாரத்தின் அடிப்படையிலும் நிர்ணயிக்கப்படுகின்றன என்பது கசப்பான உண்மை.

நம்முடைய அடிப்படையான தவறே ஒருவரை சந்தித்த முதல் நாளிலேயே அவரைப் பற்றிய ஒரு முடிவுக்கு வந்து விடுகிறோம். இனிக்க இனிக்கப் பேசுபவர்கள் எல்லாம் இனிமையானவர்கள் என்று நினைத்துக்கொள்கிறோம். கொஞ்சம் இறுக்கமாக இருப் பவர்களை வெறுக்கத் தொடங்குகிறோம்.

முதல் அடியை வைக்கும்போதே அதை இறுதி அடியைப் போல எண்ணிக்கொண்டு வைப்பது ஆபத்தானது. ஒருவரோடு பழகிப் பழகி அவரைப் பற்றி அறிந்துகொள்ள முற்படுவது மானுட இயலின் ஒரு பகுதி. ஒவ்வொருவரும் அவர்களுடைய அடிப்படை யான கருத்தாக்கத்தில் நாம் கை வைக்கும் வரை நயமாக நடந்து கொள்வார்கள் என்பதை நான் தொடர்ந்து உணர்ந்து வருகிறேன். அவர்கள் நமக்குக் கொடுக்கும் மரியாதை எல்லாம் ஆழ்மனத்தி லிருந்து வருவதல்ல. மேம்போக்கானது. அவர்கள் செய்கிற தவறை சுட்டிக்காட்டினால் சேவலைப் போல சிலிர்த்துக் காட்டு வார்கள் என்பதை நான் ஒவ்வொருநாளும் உணர்ந்து வருகிறேன்.

முடிந்த அளவிற்கு மனிதர்களோடு சாதாரண விஷயங்களைப் பேசினால் பிரச்சினை வருவதில்லை. அறிவுத் தொடர்பான விஷயங்களைப் பேசினால் அது அநியாயத்திற்கு ஆபத்தில் முடிகிறது. தவறு செய்கிற யாரும் தன் தவறை ஒத்துக்கொள்ளாத சமுதாயத்தில் நாம் இருக்கிறோம் என்பதுதான் வேதனையான உண்மை.

வாழ்க்கை துயரங்கள் நிறைந்தது மட்டுமல்ல. மகிழ்ச்சிக்கான அம்சங்களையும் மடியிலேயே அது முடிந்து வைத்திருக்கிறது.

என்றோ ஒருநாள் கானகத்தில் முள்ளை அகற்றிய சிங்கம் ஆண்ட்ரக்கிள்ஸ் என்கிற மனிதருக்கு நன்றியுடன் மண்டியிட்டதை

சின்ன வயதில் நாம் படித்திருக்கிறோம். தெருவிலே நாம் போகும்போது ஒருநாள் நாம் பிஸ்கெட் போட்டால், மறுநாள் போட்டாலும் போடாவிட்டாலும் அந்த நாய் வாலாட்டிக் கொண்டே நம் பின்னால் வருகிறது. வளர்த்தவர் பிடித்துக் கொடுத்தால் கசாப்புக் கடைக்காரனிடமும் அமைதியாகச் செல்கின்றன ஆடுகளும் மாடுகளும். சில நேரங்களில் மாமிசப் பட்சிணிகள்கூட வளர்ப்பவர்களிடம் நாயைப் போல் நக்கியும் விளையாடியும் தங்களை மறந்து விசுவாசமாக இருக்கின்றன. விலங்குகள் எல்லாம் விசுவாசமாக இருக்கின்றன. மனிதன் மட்டுமே தன்னை மேன்மையானவனாக சொல்லிக்கொண்டு துரோகியாகிறான்.

தொடக்கக் காலத்தில் அப்பழுக்கற்ற மனிதனைப் போல ஒரு பிம்பத்தை ஏற்படுத்துவது சிலருடைய உத்தி. திரும்பத் திரும்ப அவர்கள் தங்களைப் பற்றிய பிம்பங்களை தொடர்ந்து நிறுவ முயற்சி செய்வார்கள். அதற்குப் பிறகு அவர்கள் எதைச் செய்தாலும் சமூகம் கவலைப்படாது. இப்படி ஒட்டுமொத்த சமூகத்தையே ஏமாற்றிக் கொண்டிருப்பவர்களை அடையாளம் காண்பதற்குக் கூட அடிப்படை அறிவு இல்லாமல் ஒரு பக்கம் சமூகம் இயங்கிக் கொண்டிருக்கிறது. நம்முடைய கவனம் முழுவதையும் திசை திருப்பும் முயற்சியில் நம்மை செழுமைப்படுத்த வேண்டியவர் களே ஈடுபட்டுக் கொண்டிருக்கிறார்கள் என்பது மிகப் பெரிய வேதனை.

துரோகிகளிடமிருந்து தப்பிப்பது எப்படி என்கிற கேள்வி இந்தத் தொடரைப் படித்ததும் நிச்சயமாக உள்ளத்தில் எழும். துரோகங் களைச் சந்தித்து மனம் காப்புக் காய்க்கும்போதுதான் நாம் பக்குவப்படுகிறோம்.

ஒருமுறை பேருந்தில் பணத்தைப் பறிகொடுத்தவன் அதற்குப் பிறகு உஷாராகி விடுகிறான். ஒருமுறை அருகிலிருந்து குழி பறித்தவனால் பாதிக்கப்பட்டவன் அதற்குப் பிறகு உருகிய உதடுகளோடு இருக்கக் கற்றுக்கொள்கிறான். நமது அனுபவங் களும் அவமானங்களுமே நமக்குப் பேராசான்களாக விளங்கு கின்றன. அவற்றை நாம் அசை போட்டு மனித மனங்களை வாசிக்கிற விதத்தை மாற்றிக் கொள்ளாவிட்டால் மீண்டும் மீண்டும் வீழ்ந்த இடத்திலேயே வீழ்ந்துகொண்டிருப்போம்.

முதலில் மனிதர்களை எடை போடுவதை நிறுத்த வேண்டும். எந்த மனிதனும் முழுமையான உத்தமன் இல்லை. யாரும் முற்றிலும் தீயவனும் அல்லன். அவனுடைய சூழல்கள் அவனைச் செப்பனிட்டுக்கொண்டே இருக்கின்றன. பல நேரங்களில் சூழல்களே ஒருவன் எப்படிச் செயல்படுகிறான் என்பதைத் தீர்மானிக்கின்றன. எனவே எவனும் சூழல்கள் மோசமாக அமையப் பெறுகிறபோது நமக்கு எதிராகக் கிளம்புவதற்கு வாய்ப்பு இருக்கிறது என்பதை உணர வேண்டும்.

நம்முடைய மரபுக் கூறுகளிலேயே அவற்றை அதிகப்படுத்த வேண்டும் என்கிற சுயநலம் இருக்கிறது. மனிதன் பகிர்ந்து கொள்வதே தன்னைத் தக்கவைத்துக் கொள்ள முடியும் என்கிற சுயநலத்தின் பாற்பட்டுதான். குடும்பம், உறவுகள், சமூகம் என்கிற எல்லா அமைப்புகளும் சுயநலம் என்கிற மைய அச்சினால் சுழன்றுகொண்டிருக்கின்றன.

சுயநலத்தைக் கைவிடுவதுகூட அதைக்காட்டிலும் ஒரு பெரிய சுயநலத்தை மனத்தில் வைத்துத்தான். விரதம் இருப்பவன் அதைக்காட்டிலும் மேன்மையான ஒன்றை அடைய முடியும் என்று திடமாக நம்புகிறான். உயிரைத் தருபவன் அதனால் அவன் அடையப் போகிற புகழ் பெருகும் என்று கருதுகிறான். நம்மை இருபத்தி நான்கு மணி நேரமும் சுயநலம் தான் வழிநடத்திச் செல்கிறது என்பது கசப்பான உண்மை. எல்லாக் கசப்புகளும் உடலுக்குக் கெட்டவை அல்ல. எட்டிக்காய் கசப்பிற்கும் பாகற்காய் கசப்பிற்கும் வித்தியாசம் இருக்கிறது. கசப்பையும் சரியான விகிதத்தில் உட்கொண்டால் அது உடல்நலத்திற்கு நல்லது.

துரோகத்தைத் தவிர வேறு எதுவும் இல்லையா என்று நினைக்கத் தான் தோன்றும். உலகம் உண்மையிலேயே அழகானதுதான். நிறைய நல்ல மனிதர்கள் இந்த உலகத்தை அழகாக்கும் முயற்சியில் தொடர்ந்து செயல்பட்டு வருகிறார்கள். அவர்களால் தான் இன்னும் காற்று கந்தலாகாமல் காப்பாற்றப்படுகிறது. நீர் நீர்த்துப் போகாமல் நெஞ்சை குளிர்விக்கிறது.

நாம் எத்தனையோ பேரைச் சந்திக்கலாம்...

புதிய இடத்தில் வழி தெரியாமல் கேட்டால் இலக்கு வரை நம்மை அழைத்துச் செல்கிற மனிதர்கள், அஞ்சல் அலுவலகங்

களில் இன்னமும் அடுத்தவர்களுக்குத் தபால் எழுதித் தருகிற வர்கள், யாரேனும் சுமக்க முடியாத பையை எடுத்துச் செல்லத் தடுமாறும்போது தங்கள் கையைத் தந்து முட்டுக் கொடுப் பவர்கள், நமக்கு முன்னால் செல்லுகிறவர்கள் வழிதவறிப் போட்ட பணப்பையை எடுத்து அவர்களிடம் நீட்டுபவர்கள், வாடகை வாகனங்களில் பெட்டியை விட்டவர்களிடம் அதைப் பத்திரமாகக் கொண்டு சேர்க்கும் ஓட்டுநர்கள், தனியாக வருகிற பெண்ணிடம் கலாட்டா செய்பவர்களை தட்டிக் கேட்கும் வாலிபர்கள், பெற்றோர்களுக்காக சௌகர்யங்களை விட்டுவிட்டு சேவகம் செய்யும் மகன்கள் - மகள்கள், மூத்த மகனாகப் பிறந்ததால் தம்பிகள் கரையேறும் வரை திருமணம் செய்யாமல் கட்டை பிரம்மச்சாரியாக இருக்கிற கண்ணியத்துக்குரியவர்கள், கேட்ட கூலிக்குமேல் பணம் தந்தால் வேண்டாம் என்று திருப்பித் தருகிற செருப்புத் தொழிலாளர்கள், வாங்குகிற சம்பளத்திற்குக் கட்டாயம் உழைப்பேன் என்று பணியைச் செம்மையாக செய்கிற பணியாளர்கள், என்னிடம் படிக்கும் மாணவன் உயரவேண்டும் என்று தொண்டை தண்ணீர்வற்ற கற்றுக் கொடுக்கிற ஆசிரியர்கள், ஓய்வுபெற்ற பின்னும்தான் பணிபுரிந்த நிறுவனத்தின் பொருட் களையே இறுதி வரை பயன்படுத்தும் ஊழியர்கள், ஒரே ஒருநாள் நல்லது செய்ததற்காக வாழ்நாள் எல்லாம் நன்றிக் கடன்பட்டு நயமாக நடந்துகொள்ளும் நாகரிகமானவர்கள், வாக்குக் கொடுத்ததைக் காப்பாற்றுவதற்காக லாபத்தையும் வசதியையும் ஒதுக்கித் தள்ளுகிற உத்தமர்கள், பத்தாண்டுகள் படுத்த படுக்கையாய்க் கிடக்கும் மனைவியின் கழிவுகளைக்கூட முகம் சுழிக்காமல் அள்ளிப்போடுகிற கணவன்மார்கள், பக்கவாதத் தால் பாதிக்கப்பட்ட கணவனுக்குச் சிறிதும் கோபப்படாமல் பல ஆண்டுகளாகப் பணிவிடை செய்யும் பத்தினிகள்... என்று இந்தப் பட்டியல் நீளும்.

இப்படிப்பட்ட மனிதர்களால்தான் இந்த உலகம் இன்னும் சுழன்று கொண்டிருக்கிறது. அவ்வப்போது பருவம் தப்பியாவது மழை என்கிற ஒன்று பெய்கிறது. செடிகளும் மரங்களும் தங்கள் கடமையைச் செய்து வருகின்றன.

நல்ல உள்ளங்களின் எண்ணிக்கை அதிகமாகிற நாடே வளர்ச்சி யடைந்த நாடு. எந்தச் சமூகத்தில் விசுவாசமும் அபிமானமும் அதிகரித்துக் கொண்டிருக்கிறதோ அங்கேயே பண்பாடு வளர்கிறது

என்று பெயர். நாகரிகம் என்பது புறத்தோற்றத்தைப் பொறுத்தது. பண்பாடு என்பது அக வளர்ச்சியைப் பொறுத்தது.

நாம் துரோகங்களை எதிர்பார்க்கலாம், சந்திக்கலாம். அவற்றி லிருந்து படிப்பினையக் கற்றுக் கொள்ளலாம். இனி யாரும் ஏமாற்றாதவாறு முதிர்ச்சியைப் பெறலாம். ஆனால் நாம் ஒரு நாளும் துரோகிகளாக ஆகக்கூடாது. விசுவாசமானவர்கள் தோல்வி யுற்றாலும் அவர்களையே உலகம் எப்போதும் உதாரணம் காட்டுகிறது. களங்கமில்லாமல் இருந்தவர்கள் மட்டுமே இந்த உலகத்திற்கு எப்போதும் கலங்கரை விளக்கமாக இருக்கிறார்கள்.